AF756285

യു.പി.വി യശോദ

കണ്ണൂർ ജില്ലയിലെ കൊട്ടിലയിൽ താമസം. ദീർഘകാലം കണ്ണൂർ ജില്ലയിലെ വിവിധ സ്കൂളുകളിൽ അധ്യാപികയായി സേവനമനുഷ്ഠിച്ചു. 2007 നരിക്കോട് ഗവ: എൽ.പി. സ്കൂളിൽനിന്നും പ്രധാനാധ്യാപികയായി റിട്ടയർ ചെയ്തു. കാരുണ്യ കൊട്ടില, പാലിയേറ്റീവ് കെയർ യൂനിറ്റ് സ്ഥാപക സെക്രട്ടറി

ഭർത്താവ് : എം.വി.ഗോവിന്ദൻ മാസ്റ്റർ, കൊട്ടില
മക്കൾ : സുധ, സുധീരൻ, ശുഭ
വിലാസം : പൊന്നൂസ്, പി.ഒ. കൊട്ടില,
വഴി ഏഴോം, കണ്ണൂർ - 670 334
മൊബൈൽ : 9446167120

Malayalam Language
Santhwanavazhiyile Nombarakkazhchakal
(Memories)
by
U.P.V Yesoda

♦

Published in February 2023
by Kairali Books Private Limited
Thalikkavu Road, Kannur-670 001
Ph : 0497-2761200
E-Mail : kairalibooksknr@gmail.com

♦

Typesetting
Gopi Progressive Computers

♦

Sketeches
Balakrishnan Narikode

♦

Cover Design
Prasanth Mangad

♦

Printed at
Printing Park, Tly.

104/22-23/Sl.No.1412/500/NS 18.6
ISBN 978-93-93397-47-8

സാന്ത്വനവഴിയിലെ നൊമ്പരക്കാഴ്ചകൾ

യു.പി.വി യശോദ

കൈരളി ബുക്സ്

മുഖവുര

ഒരു ദശാബ്ദക്കാലമായി എളിയൊരു പാലിയേറ്റീവ് കെയർ വളണ്ടിയറായി രോഗികൾക്കൊപ്പം ചെലവഴിക്കാൻ പലപ്പോഴും സമയം കണ്ടെത്താറുണ്ട്. മാറാരോഗങ്ങൾ മൂലം സമൂഹത്തിൽ നിന്ന് ഒറ്റപ്പെട്ട് വീടുകളിലെ അകത്തളങ്ങളിൽ മരവിച്ച മനസ്സും വേദനിക്കുന്ന ശരീരവുമായി ജീവിതം അവസാനത്തെ വേദനയാകുമ്പോൾ, മറ്റ് ചികിത്സാവിധികളെല്ലാം നിഷ്ഫലമാകുമ്പോൾ, അവർക്ക് സാന്ത്വനവും സമാശ്വാസവും നൽകാൻ കഴിയുന്നതിൽപരം പുണ്യകർമ്മം വേറെ എന്തുണ്ട്? ദു:ഖത്തിന്റെയും ക്ലേശത്തിന്റെയും ദുരിതത്തിന്റെയും വേദനയുടേയും പ്രതികൂലഘട്ടങ്ങളിൽ വിങ്ങിപ്പൊട്ടുകയും കണ്ണീരൊലിപ്പിക്കുകയും ചെയ്യുന്ന നേരങ്ങളിൽ അവരുടെ അരികിലെത്തി ഞങ്ങളുണ്ട് നിങ്ങളുടെ കൂടെ എന്ന് പറയാൻ നമ്മിൽ എത്ര പേർക്ക് കഴിയുന്നുണ്ട്? മാറാത്ത നോവിൽ സ്നേഹമസൃണമായ ഒരു വാക്ക്, ഒരു നോട്ടം പോലും അവർക്ക് സാന്ത്വനവും സമാശ്വാസവുമാകുമെന്ന് നാം ഓർക്കണം. കാരുണ്യത്തിന്റെയും സ്നേഹത്തിന്റെയും കരുതലും തടവലും വേണ്ടവർക്ക് അവരുടെ ഒരു കൂടപ്പിറപ്പിനെപോലെ കൂടെ നടക്കാൻ പാലിയേറ്റീവ് കെയർ വളണ്ടിയർമാർക്ക് കഴിയേണ്ടതാണ്. സമാശ്വാസത്തിന്റെയും പ്രത്യാശയുടേയും സ്നേഹത്തിന്റേയും മറുവാക്കായി സദാസമയം അവരോടൊപ്പം നടക്കാൻ എനിക്ക് കഴിഞ്ഞുവെന്ന് ഞാൻ കരുതുന്നില്ല. കാരുണ്യ കൊട്ടില പാലിയേറ്റീവ് കെയർ വളണ്ടിയർമാരുടെ ഗൃഹസന്ദർശനവേളകളിൽ മാരകരോഗങ്ങൾ മൂലം കിടപ്പിലായിപ്പോകുന്ന ഒട്ടേറെ രോഗികളെ കണ്ടുമുട്ടാറുണ്ട്. വീട്ടിലൊരാൾക്ക് ഗുരുതരമായ രോഗം പിടിപെട്ടാൽ വീടാകെ സങ്കടക്കടലിൽ അകപ്പെട്ടുപോകുന്നു. ഇനിയൊന്നും ചെയ്യാനില്ലെന്ന് വൈദ്യശാസ്ത്രം കയ്യൊഴിഞ്ഞ് വീട്ടിലേക്ക് മടക്കി അയക്കുന്ന രോഗികളേയും അക്കൂട്ടത്തിൽ കണ്ടുവരുന്നുണ്ട്. യാതനയും വേദനയും ക്ലേശവുമൊക്കെ നേരിൽ കാണുമ്പോഴുണ്ടാകുന്ന മനോവ്യഥകൾ പറഞ്ഞറിയിക്കാൻ കഴിയാത്ത ഒട്ടേറെ സന്ദർഭങ്ങൾക്ക് സാക്ഷ്യം വഹിക്കേണ്ടിവന്നിട്ടുണ്ട്. അത്തരം സന്ദർഭങ്ങളിലെ വേദനാജനകങ്ങളായ അനുഭവസാക്ഷ്യങ്ങളാണ് **സാന്ത്വനവഴിയിലെ നൊമ്പ**

രക്കാഴ്ചകളിലൂടെ സത്യസന്ധമായി സംവദിക്കാൻ ശ്രമിച്ചിട്ടുള്ളത്. തെറ്റുകൾ പലതും കണ്ടേക്കാം.

ഈ പുസ്തകത്തിന്റെ പ്രകാശനത്തിന് സഹായിച്ച പലരോടും നന്ദിയും കടപ്പാടുമുണ്ട്. ഇതെഴുതാൻ ആദ്യം പ്രചോദനം നൽകിയത് എന്റെ ഭർത്താവും മക്കളും സഹോദരനുമാണ്. ധൈര്യം പകർന്ന് തന്ന് ആവശ്യമായ നിർദ്ദേശങ്ങൾ നൽകിയും പ്രൗഢമായ അവതാരിക എഴുതിത്തന്ന് അനുഗ്രഹിച്ച തിരുവനന്തപുരത്തെ പാലിയം ഇന്ത്യയുടെ ചെയർമാൻ പത്മശ്രീ എം.ആർ.രാജഗോപാലനോടും ഈ പുസ്തകത്തെ പരിചയപ്പെടുത്തുന്ന പ്രമുഖ എഴുത്തുകാരൻ കെ.അരവിന്ദാക്ഷനോടും അളവറ്റ നന്ദിയുണ്ട്.

പ്രസാധകരായ കൈരളി ബുക്സിനും കവർചിത്രവും താളുകൾക്കിടയിലെ രേഖാചിത്രങ്ങളും രൂപകൽപ്പന ചെയ്ത എന്റെ പ്രിയ ശിഷ്യൻ ബാലകൃഷ്ണൻ നരിക്കോട്, ഡി.ടി.പി. ചെയ്ത് തന്ന പ്രോഗ്രസ്സിവ് കമ്പ്യൂട്ടേഴ്സ്, തളിപ്പറമ്പ എന്നിവരോടുമുള്ള നന്ദിയും അറിയിച്ചുകൊള്ളുന്നു.

യു.പി.വി.യശോദ

കൊട്ടില

അവതാരിക

അത്താഴപഷ്ണിക്കാരുണ്ടോ? എന്നുറക്കെ മൂന്നുപ്രാവശ്യം വിളിച്ചു ചോദിച്ചിട്ടു മാത്രം കൊട്ടിയമ്പലം അടയ്ക്കുന്ന ഒരു സംസ്ക്കാരമുണ്ടായിരുന്നു നമുക്ക്. അന്ന് എല്ലാം ഉദാത്തവും സുന്ദരവുമായിരുന്നു എന്ന് പറയുകയല്ല. സമൂഹത്തിൽ പല തിന്മകളും അന്ന് ഉണ്ടായിരുന്നു; എങ്കിലും ചുറ്റുമുള്ളവരുടെ വേദനയിൽ എന്തെങ്കിലും ചെയ്യാൻ കടമയുണ്ട് എന്ന ഒരുബോധം സമൂഹത്തിന് പൊതുവെ ഉണ്ടായിരുന്നു.

അക്കാലത്ത് ഒരു വീട്ടിൽ നിന്ന് ഏത് പാതിരാവിലും ഒരുനിലവിളി ഉയർന്നാൽ ചുറ്റുമുള്ള വീട്ടുകാർ ഓടിയെത്തുമായിരുന്നു. വേദനയും രോഗവും ധാരാളമുണ്ട്. പക്ഷെ കഴിയുന്ന സഹായം, ബന്ധുക്കളുടേതായാലും സമൂഹത്തിന്റെ ഭാഗത്തു നിന്നായാലും ഉണ്ടാകും എന്നൊരുറപ്പുണ്ടായിരുന്നു.

വ്യക്തി സ്വാതന്ത്ര്യത്തിന് വളരെയധികം ഊന്നൽ നൽകിയ ആധുനിക സംസ്കാരം നമ്മെ മറ്റൊന്ന് പഠിപ്പിച്ചു. അതിനും നല്ലവശങ്ങൾ ഉണ്ട്; സംശയമില്ല. യുവത്വത്തിനുമേൽ കാരണവന്മാരുടെ അതിക്രമങ്ങൾ ഈ നൂതന സംസ്കാരത്തിൽ കുറഞ്ഞു. അതോടൊപ്പം സീമാതീതമായ വ്യക്തിസ്വാതന്ത്ര്യം സാമാന്യനീതിക്കപ്പുറത്തേയ്ക്ക് നമ്മെ മറിച്ചിട്ടു. 'അപ്പുറത്തെ വീട്ടിലെ ശാന്ത ഇന്നുച്ചയ്ക്ക് പട്ടിണിയായിരുന്നു' എന്ന് കുഞ്ഞു പറയുമ്പോൾ 'അതൊക്കെ നീ എന്തിനാ ശ്രദ്ധിക്കുന്നത്, നിന്റെ കാര്യം നോക്ക്' എന്ന് പറഞ്ഞു പഠിപ്പിക്കുന്ന സ്ഥിതിയിലെത്തി കാര്യങ്ങൾ. നിലവിളി കേട്ടാൽ ഓടിയെത്തില്ലെന്ന് മാത്രമല്ല, പിറ്റേ ദിവസം അതുകൊണ്ടുണ്ടായ ബുദ്ധിമുട്ട് കാണിച്ച് റെസിഡൻസ് അസോസിയേഷൻ പ്രസിഡന്റിന് പരാതി എഴുതി നൽകുന്ന കീഴ്വഴക്കം നമുക്ക് സ്വായത്തമായി. അതിശയോക്തിയല്ല. 'സ്വന്തംകാര്യം നോക്കി നടക്ക്' എന്ന്പറഞ്ഞു പഠിപ്പിക്കുന്ന മാതാവോ പിതാവോ ചിലപ്പോൾ പ്രതീക്ഷിക്കുന്നത് സ്വന്തംകാര്യം എന്നാൽ സ്വന്തം കുടുംബത്തിന്റെ മുഴുവൻകാര്യം എന്ന് അവർ ചിന്തിച്ചോളും എന്നായിരിക്കാം. പക്ഷെ അങ്ങനെയാവാനല്ല സാധ്യത. സ്വന്തമായി ചിന്തിച്ചുതുടങ്ങുന്ന ആറോ ഏഴോ വയസ് മുതലുള്ള പ്രായത്തിൽ കാണുന്നത് അവർ ഉള്ളിൽ ഒപ്പി

യെടുക്കും; അവർ പോലും അറിയാതെ. അത് സ്വഭാവത്തെ ആകെ മാറ്റിമറിക്കും. സ്വന്തം കാര്യം നോക്കാൻ അച്ഛനമ്മമാരുടെ സ്വഭാവത്തിൽ നിന്ന് കണ്ടുപഠിക്കുന്ന കുഞ്ഞ്, വലുതാകുമ്പോൾ കുറെയധികം അതൊക്കെ സ്വന്തം സുഹൃത്തുക്കളിലും കാണിക്കില്ലേ? ആ കുഞ്ഞ് ജോലിസ്ഥലത്തോ, എന്തിന് കുടുംബത്തിനുള്ളിൽപോലും ഒറ്റപ്പെടാനല്ലേ സാധ്യത? ജീവിതപങ്കാളി 'തലവേദന' എന്നുപറഞ്ഞ് നെറ്റിയിൽ അമർത്തിപ്പിടിക്കുമ്പോൾ തലവേദനയ്ക്കുള്ള ഒരുഗുളികയും വെള്ളവും കൊണ്ട് കൊടുത്തിട്ട് ഒരല്പ സമയം തടവിക്കൊടുക്കുന്നതിന് പകരം 'അതൊന്നും സാരമില്ല; എഴുന്നേറ്റ് വരൂ. ഇപ്പോൾ ഒരുങ്ങിയാലേ പാർട്ടിക്ക് സമയത്തിന് എത്താൻപറ്റൂ' എന്നാവില്ലേ പറയുന്നത്? ചെറിയകാര്യങ്ങളിൽ അങ്ങനെ പെരുമാറുന്ന അവർ മുതിർന്ന് കഴിയുമ്പോൾ പരീക്ഷയ്ക്ക് എത്രമാർക്ക് വാങ്ങിയാലും, അഭിമുഖത്തിൽ എത്ര വലിയ സ്ഥാനം വാങ്ങി ജോലി സമ്പാദിച്ചാലും, ജീവിതത്തിൽ പരാജയപ്പെടില്ലേ?

ഒരുകാലത്ത് കൂട്ടുകുടുംബങ്ങൾ ഉണ്ടായിരുന്നപ്പോൾ, കുഞ്ഞുങ്ങൾ അച്ഛന്റേയും അമ്മയുടേയും പെരുമാറ്റം മാത്രം കണ്ടായിരുന്നില്ല വളർന്നത്. ഒരുപാട് സ്വഭാവ വിശേഷങ്ങൾ ചുറ്റും കണ്ട് ഒരുമദ്ധ്യരേഖ കണ്ടെത്താൻ അവർക്ക് അവസരമുണ്ടായിരുന്നു. അണുകുടുംബങ്ങളിൽ അതില്ലല്ലോ. അപ്പോൾ പിന്നെ അച്ഛനമ്മമാരുടെ സ്വഭാവമല്ലാതെ ആകെ കണ്ടുപഠിക്കുന്നത് വിദ്യാലയത്തിൽ നിന്നോ, ചുറ്റുമുള്ള സമൂഹത്തിൽ നിന്നോ ഒക്കെയായിരിക്കും. സമൂഹം പ്രാവർത്തികമാക്കുന്ന കാരുണ്യത്തിന്റേയും മാനുഷികമൂല്യങ്ങളുടേയും പ്രസക്തി വ്യക്തികൾക്കും സമൂഹത്തിനാകെയും മാത്രമല്ല; അടുത്ത തലമുറയുടെ സ്വഭാവ രൂപീകരണത്തിലും വലുതാണ്. അങ്ങനെ കണ്ണീരൊപ്പാനിറങ്ങിയ ഒരു വ്യക്തിയാണ് യശോദ ടീച്ചർ.

സ്നേഹമുള്ള കുടുംബാംഗങ്ങളുടെ ഇടയിൽപോലും മാനസികമായി ഒറ്റപ്പെടുകയോ അല്ലെങ്കിൽ എല്ലാവരാലും ഉപേക്ഷിക്കപ്പെടുകയോ ചെയ്തവർക്ക് ഉപാധികളില്ലാത്ത സ്നേഹം കൊടുക്കാൻ ടീച്ചറെപ്പോലെയുള്ള പാലിയേറ്റീവ് കെയർ പ്രവർത്തകർക്ക് കഴിയുന്നു.' 'സ്വന്തം പരിസരത്തുള്ളവരുടെ വേദനയിൽ ഞങ്ങൾക്ക് ഒരുചുമതലയുണ്ട്' എന്ന് യശോദ ടീച്ചറും കേരളത്തിന്റെ പലഭാഗത്തുമുള്ള മുന്നൂറിലേറെ സംഘടനകളിലെ മറ്റു സന്നദ്ധ പ്രവർത്തകരും സ്വപ്രവൃത്തികൊണ്ടു പ്രഖ്യാപിക്കുന്നു.

ഈ നിശ്ശബ്ദ വിപ്ലവത്തിന് ഒരല്പംകൂടി രൂപവും ഭാവവും പൊതുവായുണ്ടാകണം. ചെയ്യുന്നതിന്റെ വില ചുറ്റുമുള്ളവർക്ക് മനസ്സിലാവണം.

ഉള്ളിലുള്ള കാരുണ്യം പ്രവൃത്തിയിൽ കൊണ്ടുവരുന്നത് തെറ്റൊന്നുമല്ലെന്നും അത് അവനവന്റെ സാമൂഹ്യ ധർമ്മമാണെന്നും കർമ്മം കൊണ്ടുകാണിച്ചു കൊടുക്കുമ്പോൾ ഒരുപാട് പേർ കൂടെ കൂടും. കഴിഞ്ഞ കാൽനൂറ്റാണ്ടിലെ കേരളത്തിലെ അനുഭവത്തിൽനിന്ന് നിസ്സംശയം അങ്ങനെ പറയാൻ കഴിയും. ഈ ധർമ്മവും കർമ്മവും കൂടുതൽ ജനശ്രദ്ധയിൽ എത്തിക്കാൻ ഈപുസ്തകത്തിന് കഴിയുമെന്നതിൽ സംശയമില്ല.

പാലിയേറ്റീവ് കെയർ കൊണ്ടുള്ള പ്രയോജനം ഉപഭോക്താവിന് മാത്രമല്ല, പാലിയേറ്റീവ് കെയർപ്രവർത്തകർക്കും എത്രയോ ഉണ്ട് എന്നും ഈപുസ്തകം നമ്മെ പഠിപ്പിക്കുന്നു. ഉദാഹരണത്തിന് യശോദ ടീച്ചറുടെ ഈഅനുഭവം ശ്രദ്ധിക്കൂ. പതിവായി കാണുന്ന രോഗി ചോദിക്കുന്നു, 'ടീച്ചറുടെ ഒരു സാരിതരുമോ?' എന്ന്. ടീച്ചർ ഒരു പുതിയ സാരി വാങ്ങികൊടുക്കുമ്പോൾ എനിക്ക് ഇതെന്തിനാണ്, എനിക്ക് ടീച്ചറുടെ മണമുള്ള സാരിമതി'യെന്നുപറയുന്ന സാർത്ഥകമായ നിമിഷം ഈ പുസ്തകത്തിൽ കാണാം. ആ ഒരുവാചകം കൊണ്ട് ആ രോഗി യശോദടീച്ചറിന്റെ ജീവിതത്തിന് എത്രയായിരിക്കും അർത്ഥം പകർന്നിരിക്കുക!

മരുന്നുകളും ഇന്റൻസീവ് കെയറും ടെക്നോളജിയും ആയി അരനൂറ്റാണ്ടിനുള്ളിൽ വളർന്ന നൂതന വൈദ്യശാസ്ത്ര സമ്പ്രദായത്തിൽ ഒരല്പം മനുഷ്യത്വം പകരാനും യശോദ ടീച്ചറിന്റെ പുസ്തകത്തിന് കഴിയുമെന്ന് ഞാൻ വിശ്വസിക്കുന്നു. കൊടുക്കുന്ന ശുശ്രൂഷകൊണ്ട് എത്രയോ നാളായി കിടപ്പിലായിരുന്ന വ്യക്തിക്ക് ഒന്ന് എഴുന്നേറ്റിരിക്കാനും വീണ്ടും ഒരുചായ ആസ്വദിച്ച് കുടിക്കാനും കഴിയുന്നതിന്റെ വില, ഞാൻ പഠിച്ച മെഡിക്കൽ പാഠപുസ്തകങ്ങളിലൊന്നും ഉണ്ടായിരുന്നില്ല.

കേരളത്തിലെ ആരോഗ്യ പ്രവർത്തകരെല്ലാം ഈ പുസ്തകം വായിക്കാൻ ഇടയാവട്ടെ.

പത്മശ്രീ ഡോ. എം.ആർ. രാജഗോപാൽ

ചെയർമാൻ, പാലിയം ഇന്ത്യ,

തിരുവനന്തപുരം

ഉള്ളടക്കം

ടീച്ചറുടെ സാരി

നാല് ആൺമക്കളെ നൊന്ത് പ്രസവിച്ച് വളർത്തി വലുതാക്കി ഒരുപാട് കഷ്ടപ്പാടുകളും ത്യാഗങ്ങളും സഹിച്ച് ഒടുവിൽ ഒറ്റപ്പെടലിന്റെ ഭാരവും പേറി ജീവിത സായാഹ്നത്തിൽ ഹൃദയവാൽവിന് തകരാറ് വന്ന് ഓപ്പറേഷൻ ചെയ്യാൻ നിവൃത്തിയില്ലാതെ നരകയാതന അനുഭവിക്കേണ്ടിവന്ന ഒരമ്മയുടെ കഥ. ഭർത്താവ് മാത്രമാണ് അവർക്ക് അവസാന കാലത്തുണ്ടായ ഏക ആശ്രയം.

പാലിയേറ്റീവ് കെയർ വളണ്ടിയർമാരായ ഞങ്ങളുടെ ഇടയ്ക്കിടെയുള്ള ഗൃഹസന്ദർശനം അവർക്കൊരാശ്വാസം തന്നെ. ഗ്രേസി(പേര് യഥാർത്ഥമല്ല) എന്ന രോഗിക്ക് ഞങ്ങൾ ചെന്നാൽ എന്തൊരു സന്തോഷമാണെന്നോ. ഞങ്ങളെ അടുത്തിരുത്തി ഫോട്ടോ എടുത്ത് വെക്കാൻ പറയും. എനിക്ക് എപ്പോഴും കാണാമല്ലോ എന്നും. ഒരു ദിവസം രാവിലെ പതിനൊന്ന് മണിയായിക്കാണും. ഞങ്ങൾ ചെല്ലുമ്പോൾ ഗ്രേസി പുറത്തെ വരാന്തയിൽ കിടക്കുന്നു. അടുത്ത് ചെന്ന് കുലുക്കി വിളിച്ചിട്ടും ഉണരുന്നില്ല. അടുത്ത് തന്നെ ഒരു പാത്രത്തിൽ വെള്ളം അടച്ചുവെച്ചിട്ടുണ്ടായിരുന്നു. വെള്ളമെടുത്ത് മുഖത്ത് തളിച്ചപ്പോൾ അവർ സാവധാനം കണ്ണ് തുറന്നു. ഭർത്താവ് മരുന്ന് വാങ്ങാൻ പരിയാരം മെഡിക്കൽ കോളേജിൽ പോയതാണ്. പ്രഭാതഭക്ഷണം ഉണ്ടാക്കിക്കൊടുത്ത് ഗുളികകളും കൊടുത്ത ശേഷം. കുറച്ച് കഞ്ഞിവെള്ളം ഉപ്പിട്ടു കുടിപ്പിച്ചു. ഗ്രേസിയുടെ രക്തസമ്മർദ്ദം വളരെയധികം കുറഞ്ഞിരുന്നു. കുറച്ചു ക്ഷീണം മാറിയപ്പോൾ ഗ്രേസി എഴുന്നേറ്റിരുന്നു. ഞങ്ങൾ അവരുടെ അടുത്ത് ആ പായയിൽ തന്നെ ഇരുന്നു. 'എനിക്ക് ടീച്ചറുടെ ഒരു സാരി വേണം.' അവർ പറഞ്ഞു.

രണ്ടു ദിവസം കഴിഞ്ഞ് ഹോംകെയറിന് പോകുമ്പോൾ പുതിയ സാരിയുമായാണ് ഞങ്ങൾ അവിടെ ചെന്നത്. അവർ സാരി മണപ്പിച്ച് നോക്കി. 'ഇത് പുതിയതാണല്ലോ. ഞാൻ പുതിയ സാരിയല്ല ചോദിച്ചത്. എനിക്ക് ടീച്ചറിന്റെ മണമുള്ള സാരിയാണ് വേണ്ടത്.'

അവർ മെല്ലെ എഴുന്നേറ്റ് അലമാര തുറന്നു കാണിച്ചു.

'എനിക്ക് ഒരു പാട് സാരിയുണ്ട്. സാരി ഉടുത്ത് ഇനി ഞാൻ എവിടെ പോകാനാണ്? ഈ കിടപ്പിൽ എന്റെ ടീച്ചറിന്റെ മണം കിട്ടാൻ വേണ്ടിയാണ്. അതിലൂടെ ടീച്ചറിന്റെ സാമീപ്യം അനുഭവിച്ചറിയാമല്ലോ.'

അടുത്താഴ്ച വളണ്ടിയർമാരോടൊപ്പം എന്റെ ഒരു പഴയ സാരിയുമായി അവിടെ ചെന്നു. ഗ്രേസി ആ സാരി മുഖത്തോട് ചേർത്ത് വച്ച് ചുംബിച്ചു. ഒന്നു രണ്ടു തവണ അതാവർത്തിച്ചു. സാരി ശരീരത്തോട് ചേർത്ത് വച്ച് കിടന്നു.

അഞ്ച് മാസം കഴിഞ്ഞു. ഗ്രേസിയുടെ രോഗം മൂർഛിച്ചു. രക്തം പമ്പ് ചെയ്യുന്ന അളവ് കുറഞ്ഞു കുറഞ്ഞു വന്നു. ഡോക്ടർമാർ കൈയൊഴിഞ്ഞു. അങ്ങനെ ഒരു ഞായറാഴ്ച ദിവസം രാത്രി ഒരു ഒൻപത് മണിയായി കാണും, ഭർത്താവിന്റെ മടിയിൽ തലവെച്ച് ഗ്രേസി യാത്രയായി.

പൂർത്തീകരിക്കാനാവാത്ത ചിത്രം

അന്ന് ഒരു ഞായറാഴ്ചയായിരുന്നു. ഞാനും മാഷും (എന്റെ ഭർത്താവ്) രാവിലെ ചായയും കുടിച്ച് വരാന്തയിൽ പത്രം വായിച്ച് ഇരിക്കുകയായിരുന്നു അപ്പോഴാണ് ഒരു സ്ത്രീയും രണ്ടു പുരുഷന്മാരും കയറി വന്നത്. കോളിംഗ് ബെല്ല് അടിക്കുന്നതിനുമുമ്പ് തന്നെ മാഷ് എഴുന്നേറ്റ് പുറത്തേക്ക് നോക്കി.

മുന്നിൽ നടന്ന ആള് 'മാഷ്ക്ക് എന്നെ മനസ്സിലായില്ലേ? ഞാൻ ഏരത്തെ രാമന്റെ (പേര് യഥാർത്ഥമല്ല) മകളുടെ ഭർത്താവാണ്. എന്റെ വീട് പറവൂറാണ്. എന്റെ അയൽവാസികളായ ഇവർ ഭാര്യാഭർത്താക്കന്മാരാണ്.' അദ്ദേഹം പരിചയപ്പെടുത്തി.

ഞാൻ അവരോട് ഇരിക്കാൻ പറഞ്ഞിട്ട് അവർക്ക് ചായ കൊണ്ടുവരാൻ അടുക്കളയിലേക്ക് പോയി. ചായയുമായി വരുമ്പോൾ മാഷ് അവരുടെ പരിശോധനാ റിപ്പോർട്ടുകളും സ്കാൻ ചെയ്ത പേപ്പറുകളും നോക്കുകയായിരുന്നു.

'ഗവൺമെന്റ് മെഡിക്കൽ കോളേജിൽ ചികിത്സ തുടങ്ങിയിട്ട് ഒരു വർഷമായി. ശ്വാസകോശത്തിനാണ്', പറഞ്ഞു മുഴുപ്പിക്കാനായില്ല, സ്ത്രീയുടെ തൊണ്ടയിടറി. ഭർത്താവിനെ ചൂണ്ടിക്കാട്ടി 'ഇവര് ഒന്നും സംസാരിക്കില്ല ടീച്ചറെ..'

റിപ്പോർട്ട് നോക്കിയപ്പോൾ കാൻസർ മൂന്നാമത്തെ സ്റ്റേജിലെത്തിയെന്ന് മനസ്സിലായി. മാഷ് കാൻസർ പെൻഷനുള്ള അപേക്ഷഫോറവും, കണ്ണൂർ ജില്ലാ പോലിസ് മേധാവിക്കുള്ള ആതുരമിത്രം പദ്ധതിയിൽ നിന്നുള്ള ചികിത്സാ സഹായത്തിനുള്ള അപേക്ഷയും എഴുതി തയ്യാറാക്കി ഒപ്പിടുവിച്ച് അപേക്ഷ കണ്ണൂരിൽ എത്തിച്ചു. കുറഞ്ഞ കാലം കൊണ്ടുതന്നെ ഒരു പാട് തുക ചികിത്സക്കായി ചെലവായിട്ടുണ്ടെന്ന് മനസ്സിലായി. മുഖ്യമന്ത്രിയുടെ ദുരിതാശ്വാസനിധിയിൽ നിന്ന് ചികിത്സാ സഹായത്തിനുള്ള അപേക്ഷയും അടുത്ത ദിവസം തന്നെ തയ്യാറാക്കി പാലിയേറ്റിവ് വളണ്ടിയർമാർ ഹോം കെയറിന് പോയപ്പോൾ ഒപ്പിട്ടു

വാങ്ങി മുഖ്യമന്ത്രിക്ക് അയച്ചുകൊടുത്തു. അവരുടെ വീട്ടിൽ ചെന്നപ്പോഴാണ് ദയനീയാവസ്ഥ ഞങ്ങൾക്ക് മനസ്സിലായത്. വയസ്സായ അമ്മ, പഠിക്കുന്ന രണ്ട് കുട്ടികൾ, കൂനിന്മേൽ കുരു എന്ന് പറഞ്ഞത് പോലെ മൂത്ത മകന്റെ കൈത്തണ്ടയിൽ ഒരു മുഴ. ഗവൺമെന്റ് മെഡിക്കൽ കോളേജിൽ നിന്നുള്ള പരിശോധനയിൽ അത് കാൻസറാണെന്ന് സ്ഥിരീകരിക്കുകയും ചെയ്തു. തലശ്ശേരി കാൻസർ സെന്ററിൽ കാൻസറിന് മെച്ചപ്പെട്ട ചികിത്സ ലഭിക്കുമെന്ന് വൈകിക്കിട്ടിയ അറിവോടെ മകന്റെ ചികിത്സയോടൊപ്പം അച്ഛന്റെയും ചികിത്സ തലശ്ശേരിയിലേക്ക് മാറ്റിക്കിട്ടുന്നതിന് വേണ്ട ഏർപ്പാടുകൾ ചെയ്തുകൊടുത്തു. അമ്മ മകന്റെയും ഭർത്താവിന്റെയും ചികിത്സക്കായി തലശ്ശേരിയിൽ പോയി. ഒരു വരുമാനവും ഇല്ല.

ആയിടെയാണ് ആതുരമിത്രം പദ്ധതിയിൽ നിന്ന് ചികിത്സക്കായി 10,000 രൂപയുടെ സാമ്പത്തിക സഹായം അനുവദിക്കപ്പെട്ടതായിട്ടുള്ള അറിയിപ്പ് കണ്ണൂർ പോലീസ് ആസ്ഥാനത്ത് നിന്നും ലഭിച്ചത്. നിരാലംബരായ കുടുംബത്തിന് അത് വലിയൊരനുഗ്രഹമായി എന്ന് പറയേണ്ടതില്ലല്ലോ. ഞങ്ങൾ നൽകിയ നിർദ്ദേശമനുസരിച്ച് അമ്മയുടെ സമ്മതപത്രവുമായി പ്ലസ്ടു വിന് പഠിക്കുന്ന രണ്ടാമത്തെ മകൻ കണ്ണൂരിൽ പോയി ചെക്ക് കൈപ്പറ്റി. അടുത്താഴ്ച ഹോംകെയറിന് അവിടെ പോയപ്പോൾ ഏറെ വയസ്സായ അവരുടെ അമ്മ മാത്രമേ വീട്ടിലുണ്ടായിരുള്ളൂ.

ജീവിതം മുന്നോട്ടു കൊണ്ടുപോകാൻ വഴിയില്ലാതായപ്പോൾ അവൻ സ്കൂൾ പഠനം നിർത്തി പെയിന്റിംഗ് ജോലി പഠിക്കാൻ മറ്റു പണിക്കാരോടൊപ്പം പോകാൻ തുടങ്ങി. അവന്റെ ക്ലാസ് ടീച്ചറുമായും ക്ലാസ്സിലെ അവന്റെ കൂട്ടുകാരുമായും സംസാരിച്ച് അവന്റെ പഠനം നിന്നുപോകാത്ത വിധം അവനെ സഹായിക്കാൻ വേണ്ട ഏർപ്പാടുകൾ ചെയ്തു. ഫോൺ നമ്പറും അവന്റെ അമ്മമ്മയുടെ കൈയിൽ കൊടുത്തു. ആവശ്യത്തിന് ബന്ധപ്പെടാൻ പറഞ്ഞു. ഞങ്ങളുടെ കാരുണ്യ പാലിയേറ്റീവ് യൂണിറ്റ് കൊടുത്ത ഭക്ഷണക്കിറ്റും ചികിത്സാസഹായവും അവർക്ക് ഏറെ ആശ്വാസകരമായിരുന്നു.

അടുത്ത ഹോം കെയറിന് പോയപ്പോൾ കണ്ട കാഴ്ച ഏറെ വേദനാജനകമായിരുന്നു. മൂക്കിലും വായിലും ട്യൂബിട്ട് ശ്വസിക്കാൻ ബുദ്ധിമുട്ടനുഭവിക്കുന്ന അച്ഛൻ ഒരു മുറിക്കകത്ത് കിടക്കുന്നു. ഒരു കൈ മുറിച്ചു മാറ്റേണ്ടി വന്ന മകൻ വേറൊരു ഭാഗത്ത്. ഒരു കൈ പോയെങ്കിലും മറ്റെ കൈ കൊണ്ട് വരച്ച ജീവസ്സുറ്റ ചിത്രങ്ങൾ അവൻ ഞങ്ങളെ കാണിച്ചു തന്നു. അവയിൽ ഫാദർ സുക്കോൾ, മോഹൻലാൽ, മമ്മൂട്ടി, ഗാന്ധിജി എന്നിവരൊക്കെയുണ്ട്. കഥകളി രൂപങ്ങൾ, ഒട്ടനവധി ജീവൻ തുളുമ്പുന്ന ചിത്രങ്ങൾ കാണികളുടെ മനസ്സ് പിടിച്ചുപറ്റാൻ പോന്നവ. പാലിയേറ്റീവ് വളണ്ടിയറായ ബാലകൃഷ്ണൻ മാസ്റ്റർ പറഞ്ഞു, 'നോക്കട്ടെ ഇവനെ എവിടെയെങ്കിലും ചേർത്ത് ചിത്രരചന പഠിപ്പിക്കാൻ പറ്റുമോയെന്ന്!'

കുറെസമയം അവന്റെ ചിത്രങ്ങൾ നോക്കിയും ചികിത്സാ കാര്യങ്ങൾ സംസാരിച്ചും പാലിയേറ്റീവ് കെയർ വളണ്ടിയർമാർ അവിടെയായിരുന്നു. പോരാൻ നേരത്ത് ഞാനെന്റെ ബാഗിൽ തപ്പിനോക്കി. കൈയിലുണ്ടായിരുന്ന കുറച്ച് കാശ് ആ മോന്റെ കൈയിൽ കൊടുത്തിട്ടു പറഞ്ഞു. 'അടുത്ത പ്രാവശ്യം വരുമ്പോഴേക്കും കൂടുതൽ ചിത്രങ്ങൾ വരക്കാൻ സാധിക്കട്ടെ. കടലാസ്സും കളറും വാങ്ങിക്കോ.' അവൻ അത് വാങ്ങാൻ മടിച്ചു.

'മോന്റെ അമ്മയെപ്പോലെയല്ലേ ടീച്ചറ്. വാങ്ങിക്കോ' എന്ന് അവന്റെ അമ്മ പറഞ്ഞു. അവനത് വാങ്ങി. മൂന്നാഴ്ച കഴിഞ്ഞു കാണും. എല്ലാം വളരെ പെട്ടെന്നായിരുന്നു. അവന്റെ അച്ഛൻ മരിച്ചു എന്ന വാർത്ത ഞങ്ങളെയെല്ലാം ദു:ഖത്തിലാഴ്ത്തി. അവസാനമായി ഒരു നോക്ക് കാണുവാനും അന്ത്യോപചാരങ്ങൾ അർപ്പിക്കാനുമായി എല്ലാ വളണ്ടിയർമാരും ചെന്നു.

ദിവസങ്ങൾ അധികം കഴിഞ്ഞില്ല. മകന്റെ അസുഖം കൂടിവന്നു.

അസുഖത്തിനിടയിലും അവൻ ചിത്രം വരച്ചുകൊണ്ടേയിരുന്നു. ചുമരിൽ നിറയെ ചിത്രങ്ങൾ. കുറെ പുസ്തകത്തിലും.

എന്നാൽ അവന്റെ അച്ഛനും അമ്മയും ഒന്നിച്ചുള്ള, പൂർത്തീകരിക്കാനാവാത്ത ചിത്രം കണ്ട് എല്ലാവരുടെയും കണ്ണുകൾ ഈറനണിഞ്ഞു. ആ ചിത്രം വരച്ച് പൂർത്തീകരിക്കാൻ ഏതാനും മണിക്കൂറുകൾ കൂടി വേണമായിരുന്നു. അതിന് മരണം അവനെ അനുവദിച്ചില്ല.

മരണം പ്രകൃതി ശരീരിണാം
വികൃതിർ ജീവിതി മുച്യതെ ബുധൈ

എന്ന കാളിദാസ വചനം ഇത്തരുണത്തിൽ ഓർമ്മ വരുന്നു. മരണമാണ് പ്രകൃതി. അതിൽ കുമിള പോലെ വന്നുദിച്ച് പൊലിഞ്ഞു പോകുന്ന വികൃതിയാണ് ജീവിതം

വള്ളിക്ക് കായ് കനമോ ?

അച്ഛനും അമ്മയും കൂലിവേല ചെയ്ത് ജീവിക്കുന്ന ഒരു സാധാരണ കുടുംബം. അവരുടെ ഏകമകൾ വിവാഹശേഷം തൊട്ടടുത്ത ഗ്രാമത്തിലാണ് താമസം. ഏകദേശം 52 വയസ്സുള്ള അമ്മയുടെ ശരീരം ഒരു ഭാഗം തളർന്നുപോയി. പല ചികിത്സകൾ ചെയ്തിട്ടും ഒരു ഫലവുമുണ്ടായില്ല. ആയുർവ്വേദം, അലോപ്പതി, ഹോമിയോപ്പതി എല്ലാം മാറിമാറി ചെയ്തു നോക്കി പരാജയപ്പെട്ടു. ഭാര്യയുടെ സംരക്ഷണ ചുമതല കൂടിയുള്ളത് കൊണ്ട് ഭർത്താവിന് ജോലിക്ക് പോകാൻ പറ്റാതായി. മകൾക്ക് ചെറിയ കുഞ്ഞുള്ളതുകൊണ്ട് അമ്മയെ സഹായിക്കാനും നിവൃത്തിയില്ല. ചികിത്സക്ക് പോയിട്ട് അന്നന്നത്തെ ആഹാരത്തിനുള്ള വക പോലും കണ്ടെത്താൻ കഴിയാതെയായി. അങ്ങനെയാണ് അദ്ദേഹം ഭാര്യയെ അവരുടെ വയസ്സായ അച്ഛനും അമ്മയും താമസിക്കുന്ന വീട്ടിൽ കൊണ്ടു ചെന്നാക്കിയത്. രോഗിയായ അച്ഛൻ പറഞ്ഞ വിവരമനുസരിച്ചാണ് കാരുണ്യയുടെ വളണ്ടിയർമാർ അവരെ കാണാൻ ചെന്നത്. അവിടെ ചെന്നപ്പോൾ കണ്ട കാഴ്ച ഇതായിരുന്നു. നന്നേ പ്രായമേറിയ നിവർന്നു നിൽക്കാൻ പോലും കഴിയാത്ത അമ്മ തന്റെ മകളെ ഒരു സാധാരണ കസേരയിൽ ഇരുത്തി ശുചിമുറിയിലേക്ക് വലിച്ചുകൊണ്ടു പോകുന്നു. ഈ കാഴ്ച തെല്ലൊന്നുമല്ല എന്നെ നൊമ്പരപ്പെടുത്തിയത്. ഉടനെ തന്നെ പാലിയേറ്റീവ് കെയർ യൂണിറ്റിൽ നിന്ന് ഒരു വീൽചെയർ അവർക്ക് കൊണ്ടുകൊടുത്തു. അത് അവരുടെ വീട്ടിൽ എത്തിച്ചു കൊടുത്തത് രോഗിക്കും അവരുടെ പ്രായം ചെന്ന അമ്മയ്ക്കും കുറച്ചൊന്നുമല്ല ആശ്വാസമായത്.

വള്ളിക്ക് കായ് കനമുണ്ടാകില്ല എന്ന് പറയാറുണ്ടല്ലോ. ആ അമ്മ പ്രായാധിക്യവും അവശതയും മറന്ന് തന്റെ മകളുടെ കാര്യങ്ങളെല്ലാം ഒരു ബുദ്ധിമുട്ടും കൂടാതെ ചെയ്തുപോന്നു. ആരോടും ഒരു പരാതിയുമില്ല. പരിഭവവുമില്ല. മാതൃഹൃദയത്തിന്റെ വിശാലത! അമ്മ മനസ്സ് അങ്ങനെയാണ്. മക്കൾക്ക് വേണ്ടി സർവ്വവും ത്യജിക്കാനും സഹിക്കാനുമുള്ള മനസ്സാണ് അമ്മമാരുടെത്. ഈ വയസ്സുകാലത്ത് എന്റെ അമ്മ

എനിക്ക് വേണ്ടി ഇത്രയധികം കഷ്ടപ്പെടേണ്ടിവരുന്നല്ലോ എന്നായിരുന്നു രോഗിയായ ആ മകളുടെ ആധി.

ഞങ്ങൾ അവരെ നല്ല ഒരു ന്യൂറോളജിസ്റ്റിനെ കാണിക്കാനുള്ള ഏർപ്പാടുകൾ ചെയ്തുകൊടുത്തു. സമാനമായ അസുഖമുണ്ടായിരുന്ന ഞങ്ങളുടെ മറ്റൊരു പാലിയേറ്റീവ് രോഗിക്ക് രോഗം ഭേദമായികണ്ട അനുഭവം കൂടി ഞങ്ങളുടെ മുന്നിലുണ്ട്. മൂന്ന് മാസംകൊണ്ട് ഡോക്ടറുടെ ചികിത്സയുടെ ഫലം കണ്ടു. ആഴ്ചയിലൊരിക്കൽ വളണ്ടിയർമാർ അവരുടെ വീട്ടിൽ ചെന്ന് വിവരങ്ങൾ ആരാഞ്ഞ് കൊണ്ടിരുന്നു. ക്രമേണ രോഗശമനവും കണ്ടുതുടങ്ങി. ഹോം കെയറിന് പോയപ്പോഴൊക്കെ ഞങ്ങൾക്ക് ചായ ഉണ്ടാക്കിത്തരാൻ അവർ അമ്മയോട് പറയുമായിരുന്നു. ഞങ്ങൾ രോഗിയോട് പറഞ്ഞു. 'നിങ്ങൾ നടക്കാൻ പറ്റുന്ന സമയത്ത് ചായ ഉണ്ടാക്കി തന്നാൽ മതി.' അത്ഭുതമെന്നേ പറയേണ്ടൂ രോഗശമനം കാര്യമായി ഉണ്ടായി. രണ്ടുകൊല്ലം കൊണ്ട് അവർ സാവധാനം ഒറ്റക്ക് നടക്കാൻ തുടങ്ങി. ഞങ്ങളുടെ ഓരോ ഗൃഹന്ദർശനവേളയിലും അവരോട് പറയും 'അടുത്തപ്രാവശ്യം വരുമ്പോഴേക്കും ഒറ്റക്ക് നടക്കാൻ സാധിക്കണം, സാധിക്കും.' അങ്ങനെ അവരുടെ അബോധമനസ്സിൽ എനിക്ക് നടക്കാൻ സാധിക്കും എന്ന ചിന്ത വേരുറപ്പിച്ചു. സ്ഥിരോത്സാഹവും, ക്ഷമയും ചികിത്സയിലുള്ള വിശ്വാസവും കൂടി ആയപ്പോൾ ആ

ആഗ്രഹം സഫലമായി. അടുത്തപ്രാവശ്യം ചെന്നപ്പോൾ അവർ കഴിഞ്ഞമാസത്തേതിലും ഉത്സാഹവതിയായി കണ്ടു. അന്ന് സ്വന്തമായി ഞങ്ങൾക്ക് ചായ ഉണ്ടാക്കിത്തന്നു. ആ ചായക്ക് ഇരട്ടി മധുരം അനുഭവപ്പെട്ടു. അതോടൊപ്പം ഞങ്ങളുടെ സന്തോഷത്തിനും അതിരില്ലായിരുന്നു. വാക്ക് പാലിക്കാൻ കഴിഞ്ഞതിലുള്ള സന്തോഷവും അത് അവരുടെ രണ്ടാം ജന്മമായിരുന്നു.

രോഗിയെ പോസിറ്റീവായി ചിന്തിപ്പിക്കുന്നതിലൂടെ നല്ല ഫലം കാണുമെന്ന് ഞങ്ങൾ അനുഭവത്തിലൂടെ കണ്ടറിഞ്ഞു. ഇടയ്ക്കിടെയുള്ള ഞങ്ങളുടെ ഗൃഹസന്ദർശനവും അതിനൊരു നിമിത്തമായി

നന്ദികേടിന്റെ മറ്റൊരു മുഖം

ദൈവത്തിന്റെ സ്വന്തം നാടെന്ന് വിശേഷിപ്പിക്കപ്പെടുന്ന നമ്മുടെ നാട് ഡിജിറ്റൽ യുഗത്തിലൂടെ കടന്നുപോവുകയാണ്. പണത്തിനും പദവിക്കും വേണ്ടി നെട്ടോട്ടമോടുന്ന മനുഷ്യർ. സ്നേഹബന്ധത്തിനും രക്തബന്ധത്തിനും യാതൊരു വിലയും കൽപിക്കുന്നില്ല. യൂറ്റ്യൂബിലും ഫെയ്സ് ബുക്കിലും മറ്റും സമയം ചെലവഴിക്കുന്നവർ ചുറ്റും ജീവിക്കുന്നവരുടെ ദൈന്യതയാർന്ന മുഖം കാണുന്നില്ല. ഏറ്റവും അമൂല്യമായ സ്നേഹത്തിന് അപചയം സംഭവിച്ചു കൊണ്ടിരിക്കുകയാണ്. ഗുണമേന്മയില്ലാത്ത ഒരു പുതിയ സമൂഹം രൂപപ്പെട്ടു വരുന്നതായി കാണാം. ബന്ധങ്ങളിലുള്ള സ്നേഹവും ആർദ്രതയും ഇല്ലാതായി വരുന്നു. ലക്ഷ്യബോധവും മൂല്യബോധവുമുള്ള ഒരു തലമുറ അന്യം നിന്നു പോയിക്കൊണ്ടിരിക്കുന്നു. സമൂഹത്തിൽ മൂല്യച്യുതി ഏറിക്കൊണ്ടിരിക്കുന്ന ഒരു കാലം. അതിനുള്ള ഒരു ഉദാഹരണമാണ് മക്കളില്ലാത്ത ശാന്തയുടെ (പേര് യഥാർത്ഥമല്ല) കഥ. ശാന്ത ഭർത്താവുമൊത്ത് ഗൾഫിലായിരുന്നു. ഭർത്താവിന് അവിടെ തരക്കേടില്ലാത്ത ജോലി. കിട്ടുന്ന പൈസ മുഴുവൻ ശാന്ത അവരുടെ അനുജത്തിമാരുടെ കല്യാണത്തിനും അനുജന്മാർക്ക് പുതിയ വണ്ടി വാങ്ങാനുമൊക്കെയായി അയച്ചുകൊടുത്തു. ഒന്നിനും അവർ ഒരു കണക്കും വെച്ചില്ല. അങ്ങനെയിരിക്കെ അവളുടെ ഭർത്താവിന് കലശലായ വയറുവേദന വന്നു. അവിടുന്ന് പല ഡോക്ടർമാരേയും കാണിച്ചു. ഒരു ഫലവുമുണ്ടായില്ല. ഒടുവിൽ ജോലി മതിയാക്കി നാട്ടിലേക്ക് വന്നു. ഡോക്ടർമാർ ശസ്ത്രക്രിയ നിർദ്ദേശിച്ചു. ശാന്തയുടെയും ഭർത്താവിന്റെയും കയ്യിൽ ശസ്ത്രക്രിയക്കുള്ള കാശില്ല. ഭർത്താവിന്റെ തറവാട്ടുവക സ്വത്ത് ഭാഗം വെച്ചപ്പോൾ കിട്ടിയ ചെറിയൊരു വീടും പറമ്പുമായിരുന്നു ആകെ സമ്പാദ്യം. ശസ്ത്രക്രിയ നടക്കണമെങ്കിൽ പണം വേണമല്ലോ. ആരും അവരെ സഹായിച്ചില്ല. ഒടുവിൽ ഗത്യന്തരമില്ലാതെ ആ വീടും പറമ്പും തുച്ഛമായ വിലക്ക് വിൽക്കേണ്ടിവന്നു.

ശസ്ത്രക്രിയ കഴിഞ്ഞു. തുടർചികിത്സയ്ക്കും മറ്റുമായി നല്ലൊരു തുക വേണമായിരുന്നു. കുടുംബത്തിലെ പലരെയും സമീപിച്ചു. അനുജത്തിമാരും അളിയന്മാരും എല്ലാവരും കൈമലർത്തി. ഒടുവിൽ ഗത്യന്തരമില്ലാതെ ശാന്ത അവരുടെ ആഭരണങ്ങളെല്ലാം അഴിച്ചെടുത്ത് തന്റെ ആങ്ങളമാരെ ഏല്പ്പിച്ചു. ലക്ഷങ്ങൾ മുടക്കിയിട്ടും എല്ലാം നഷ്ടപ്പെടുത്തിയിട്ടും തന്റെ ഭർത്താവിനെ മാത്രം അവർക്ക് കിട്ടിയില്ല. മക്കളില്ലാത്ത ശാന്തക്ക് വൈധവ്യം താങ്ങാൻ കഴിയുന്നതിലും അപ്പുറമായിരുന്നു. സ്വന്തം കൂടപ്പിറപ്പുകൾ പോലും കഷ്ടകാലത്ത് കൈവിട്ടു. ആധി പിടിപെട്ട അവർക്ക് സ്ട്രോക്ക് വന്നു. തക്കസമയത്ത് മതിയായ ചികിത്സ നൽകാനോ ശുശ്രൂഷിക്കാനോ ആരും മെനക്കെട്ടില്ല. ഇനി അവരിൽ നിന്നും ഒന്നും കിട്ടാനില്ലെന്ന് മനസ്സിലാക്കിതന്നെ പെരുമാറാൻ തുടങ്ങി. സ്വന്തം അമ്മക്കു പോലും ശാന്ത ഒരു അധികപ്പറ്റായി തോന്നിത്തുടങ്ങി. അവർ ശയ്യാവലംബിയായി. ആഹാരം പോലും കൃത്യസമയത്ത് കഴിക്കാതിരുന്ന അവരുടെ സംസാരശേഷിയും ഭാഗികമായി നിലച്ചിരുന്നു. ശരീരത്തിൽ അവിടവിടെ വ്രണം വന്ന് പഴുത്തൊലിക്കാൻ തുടങ്ങി. അമ്മയും അനുജത്തിയും ആങ്ങളമാരുടെ ഭാര്യമാരുമൊക്കെ വീട്ടിൽ തന്നെ ഒന്നിച്ചുണ്ടായിട്ടും അവർക്ക് ശുശ്രൂഷയൊ പരിചരണമൊ കരുതലൊ കിട്ടിയില്ല.

ആ സമയത്താണ് ഞങ്ങൾ പാലിയേറ്റീവ് വളണ്ടിയർമാർ അവിടെ ചെന്നത്. മലമൂത്രവിസർജ്ജനം അറിയാതെ ചെയ്യുന്ന ശാന്തയെ ബൊമ്മോട്ടിങ് ചെയറിൽ ഇരുത്തിയിരുന്നു. കാലിലെ വ്രണത്തിൽ നിന്നുള്ള പഴുപ്പ് വീഴാൻ തറയിൽ പ്ലാസ്റ്റിക് കവർ. പുറത്തൊക്കെ ഉറുമ്പരിക്കുന്ന ശയ്യാവ്രണം, രാത്രിയിൽ ഒഴിച്ച മൂത്രം തറയിൽ കട്ടിലിന്നടിയിൽ തളംകെട്ടി നിൽക്കുന്നു. നനഞ്ഞ തുണികളൊക്കെ കട്ടിലിൽ തന്നെ ഒരു ഭാഗത്ത്. ഈച്ചകളും ഉറുമ്പുകളും യഥേഷ്ടം വിഹരിക്കുന്ന ദുർഗന്ധം വമിക്കുന്ന മുറി.

ഞങ്ങൾ വളണ്ടിയർമാർ ശാന്തയുടെ അനുജത്തിയെ വിളിച്ച് ഒരു വലിയ പാത്രത്തിൽ വെള്ളം ചൂടാക്കാൻ പറഞ്ഞു. ഞങ്ങൾ അവരുടെ കൈയിലേയും കാലിലേയും കൂർത്ത് മൂർത്ത നഖങ്ങൾ മുറിച്ചു മാറ്റി. അവളുടെ തലയിൽ ഇഷ്ടം പോലെ പേനുണ്ടെന്ന് മനസ്സിലാക്കിയ ഞങ്ങൾ ശാന്തയുടെ സമ്മതത്തോടെ ജട പിടിച്ച മുടി മുറിച്ചുമാറ്റി. മുറിക്കകത്ത് നിന്ന് എല്ലാം പുറത്തെടുത്തിടുവിച്ചു. മുറി വൃത്തിയാക്കിച്ചു. ആവിപാത്രത്തിൽ വെള്ളം വെച്ച് സ്റ്റെറിലൈസ് ചെയ്ത പഞ്ഞിയും കത്രികയും ഉപയോഗിച്ച് വ്രണമെല്ലാം തുടച്ച് വൃത്തിയാക്കി. തലയിൽ

ഷാംപു ഉപയോഗിച്ച് കുളിപ്പിച്ചു. വ്രണത്തിൽ ബിറ്റാഡിൻ ഗുളിക പൊടിപ്പിച്ച് വച്ചുകൊടുത്തു. വൃത്തിയാക്കിയ മുറിയിൽ നേരിയ വസ്ത്രം ധരിപ്പിച്ചു കിടത്തി. ഞങ്ങൾ അവരുടെ വീട്ടിലേക്ക് പോകുമ്പോൾ വേദന കൊണ്ട് പുളഞ്ഞിരുന്ന ശാന്തയുടെ മുഖത്ത് ഒരാശ്വാസം വന്നതായി തോന്നി. പ്രതീക്ഷയും നിരാശയും കലർന്ന മിഴികളോടെ അവർ ഞങ്ങളെ നോക്കി നെടുവീർപ്പെട്ടു. ശാന്ത അവ്യക്തമായി എന്തോ പറയാൻ ശ്രമിച്ചു.

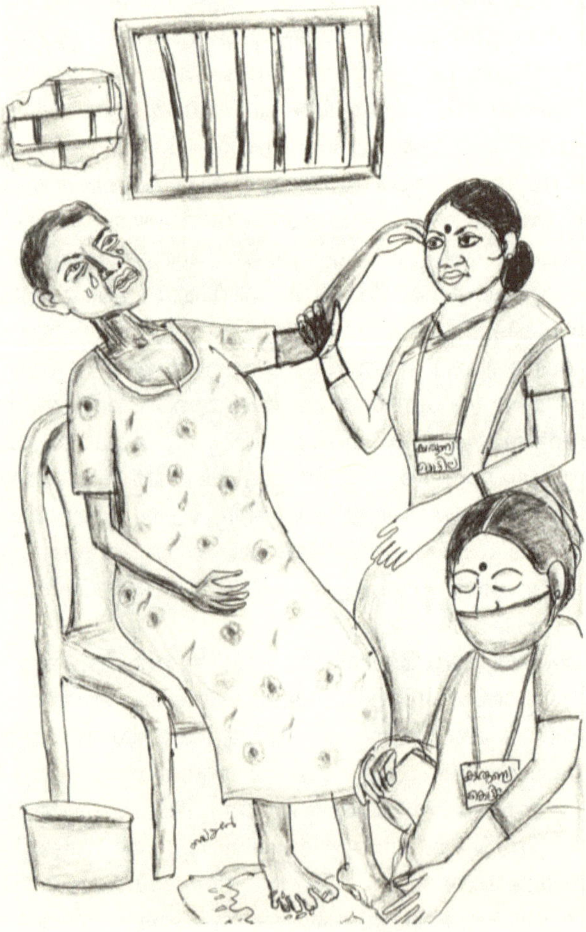

പിറ്റെ ദിവസം ഹോം കെയറിന് പോകുമ്പോൾ രണ്ട് ബെഡ്ഷീറ്റുകൾ, തലയണ, ഒന്ന് രണ്ട് ഡ്രസ്സുകളുമായാണ് ചെന്നത്. ശാന്തയുടെ അയൽപക്കത്തെ വീട്ടുമുറ്റത്തുകൂടി പോകുമ്പോൾ അയൽക്കാർ പറയുകയാണ് ഇന്നലെ രാത്രി ശാന്തേച്ചിയുടെ കരച്ചിലൊന്നും കേട്ടില്ല. നന്നായി ഉറങ്ങിയെന്ന് തോന്നുന്നു. ഞങ്ങളെ കണ്ട ഉടനെ ശാന്ത ഞങ്ങളോട് ഇരിക്കാൻ ആംഗ്യം കാട്ടി. അവർ തലേദിവസത്തേക്കാൾ പ്രസന്നവതിയായിരുന്നു. ഇന്നലെ ഉറങ്ങിയോ ശാന്തേ? അവർ തലയാട്ടി. ഏകദേശം രണ്ടുമാസത്തെ ദൈനംദിന ഹോം കെയറിലൂടെ അവരുടെ വ്രണമെല്ലാം ഭേദമായി. ഞങ്ങൾ ഇടയ്ക്കിടക്ക് അവിടെ ചെല്ലുമെന്നുള്ളതുകൊണ്ട് അവരുടെ കാര്യം കുടുംബാംഗങ്ങൾ ശ്രദ്ധിക്കുമായിരുന്നു. രോഗിക്ക് വേണ്ട പരിചരണം കൊടുക്കാൻ കുടുംബാംഗങ്ങളെ പ്രാപ്തരാക്കുകയും ചെയ്തു.

ഫലപ്രദമായ ആശയവിനിമയവും സ്നേഹവും മരുന്നിനേക്കാൾ രോഗിക്ക് ആശ്വാസം പകരുന്നതായി ശാന്തയുടെ കാര്യത്തിൽ ഞങ്ങൾക്കനുഭവപ്പെട്ടു. കുടുംബാംഗങ്ങളിൽ നിന്ന് കിട്ടുന്ന പരിചരണവും പിന്തുണയും ആരോഗ്യകരവും ശക്തവുമല്ലെങ്കിൽ രോഗി മാനസികമായി പെട്ടെന്ന് തളർന്നു പോവുകയും വേഗം തന്നെ മരണത്തിലേക്ക് അടുക്കുകയും ചെയ്യും.

ഒരു തയ്യൽക്കാരിയുടെ കഥ

അവിവാഹിതയായ തയ്യൽ തൊഴിലാളി രേഖ. രോഗിയായ അച്ഛൻ, വൃദ്ധമാതാവ്, മുഴുകുടിയനായ സഹോദരൻ. സ്വന്തമായി വീടോ റേഷൻ കാർഡോ ഇല്ല. വാടക കൊടുക്കാത്തതിനാൽ പല വീടുകളിൽ നിന്നും ഇറക്കിവിട്ടു. തയ്യൽ ജോലി ചെയ്ത് കിട്ടുന്ന കാശുകൊണ്ട് മാത്രമാണ് ആ കുടുംബം പുലർന്നുവന്നിരുന്നത്. അങ്ങനെയിരിക്കെ രേഖക്ക് ചെറുകുടലിന് കാൻസർ രോഗം ബാധിച്ചു. രണ്ടുതവണ ശസ്ത്രക്രിയ നടന്നു. കാരുണ്യ ബെനവെലന്റ് ഫണ്ട് കിട്ടിയത് കൊണ്ട് സൗജന്യമായി ചികിത്സ നടന്നു. ഉദാരമതികളായ പലരിൽ നിന്നും സഹായധനം വാങ്ങിക്കൊടുത്തു. തളിപ്പറമ്പിലെ മൊട്ടമ്മൽ രാജനെ കാണാൻ രേഖയെയും കൂട്ടി ഞാനും വളണ്ടിയർ ശാന്തയും പോയി. നല്ലൊരു തുക ചികിത്സാ സഹായമായി ലഭ്യമാക്കി കൊടുത്തു. നല്ല മനസ്സിന്റെ ഉടമയായ രാജൻ സഹായംതേടിയെത്തുന്നവരെ ഒരിക്കലും കൈയൊഴിയാറില്ല. അടുത്ത ദിവസം തന്നെ ഈ വാടക വീട്ടിൽ നിന്നും ഇറങ്ങേണ്ടിവരുമെന്ന് രേഖയുടെ അമ്മ ഹോംകെയറിന് പോയപ്പോൾ പറഞ്ഞു. ഒഴിഞ്ഞു കിടന്ന മറ്റൊരു വീടിന്റെ ഉടമസ്ഥനെ കണ്ട് വാടകയില്ലാതെ കുറച്ച് മാസത്തേക്ക് അവർക്ക് വീട് താമസത്തിന് തരപ്പെടുത്തിക്കൊടുത്തു. രേഖക്ക് സ്റ്റോമകെയർ ഇട്ടതുകൊണ്ട് കുനിയാൻ വളരെ ബുദ്ധിമുട്ടാണ്. ആ വിഷമം സഹിച്ചുകൊണ്ട് രേഖ ഓലകത്തിച്ച് കുനിഞ്ഞ് ആഹാരം പാകം ചെയ്യുന്നത് കാണാനിടയായി.

പിലാത്തറ ഹോപ്പുമായി ബന്ധപ്പെട്ട് ഒരു ഗ്യാസ് അടുപ്പും കണക്ഷനും ശരിയാക്കി. സൗജന്യ നിരക്കിൽ അരിയും മറ്റു സാധനങ്ങളും വാങ്ങിക്കാൻ ആ കുടുംബത്തിന് റേഷൻ കാർഡുപോലുമുണ്ടായിരുന്നില്ല. താലൂക്ക് സപ്ലൈ ആഫീസറുമായി ബന്ധപ്പെട്ട് റേഷൻ കാർഡ് അനുവദിച്ച് കിട്ടാൻ കുടുംബത്തെ സഹായിച്ചു. ചികിത്സയ്ക്കും മറ്റുമായി ഒരുപാട് പണം ആ കുടുംബത്തിന് ചെലവായി. കണ്ണൂരിലെ പോലീസ് വിഭാഗത്തിന്റെ ആതുരമിത്രം പദ്ധതിയിൽ നിന്ന് ആദ്യമായി 30,000 രൂപ സാമ്പത്തിക സഹായം ലഭിച്ചത് രേഖയ്ക്കാണ്. കണ്ണൂ

രിൽവെച്ച് നടന്ന സഹായധനത്തിന്റെ വിതരണോദ്ഘാടനദിവസം രേഖ യെയും കൂട്ടി വേദിയിൽ വെച്ച് സഹായധനം ഏറ്റുവാങ്ങി. ആവശ്യ മായ മരുന്നും ഭക്ഷണ കിറ്റും കാരുണ്യ പാലിയേറ്റീവ് വളണ്ടിയർമാർ ഇടയ്ക്കിടെ എത്തിച്ചു കൊടുത്തിരുന്നു. ഇച്ഛാശക്തിയോടെ നിശ്ചയ ദാർഢ്യത്തോടെ രോഗത്തെ അതിജീവിക്കാൻ തീവ്രശ്രമം നടത്തിക്കൊ ണ്ടിരുന്ന രേഖയ്ക്ക് കാൻസറിന്റെ നീരാളിപ്പിടുത്തത്തിൽ നിന്ന് രക്ഷ പ്പെടാൻ കഴിഞ്ഞില്ല. രണ്ടാഴ്ച മുമ്പ് വരെ നന്നെ ബുദ്ധിമുട്ടി ബ്ലൗസ് തുന്നി ഉപജീവനമാർഗ്ഗം കണ്ടെത്തിയ അവർ മരണത്തിന് കീഴടങ്ങി. ഒരു ചെറിയ തീപ്പൊരിയായി വന്ന കാൻസർ കുറച്ചു മാസങ്ങൾ കൊണ്ട്തന്നെ വലിയൊരു അഗ്നി ഗോളമായി വന്ന് രേഖയെ വിഴുങ്ങു ന്നത് നിസ്സഹായരായി നോക്കി നിൽക്കാനെ അച്ഛനമ്മമാർക്കും

ഞങ്ങൾക്കും കഴിഞ്ഞുള്ളൂ.

രേഖയുടെ ജീവിതത്തിൽ ദിവസങ്ങളുടെ എണ്ണം കൂട്ടിക്കൊടുക്കാൻ ഞങ്ങൾക്ക് കഴിഞ്ഞില്ലെങ്കിലും ഉള്ള ദിവസങ്ങളിൽ ജിവിതം നിറക്കുക എന്ന പാലിയേറ്റീവ് കെയറിന്റെ ദൗത്യം നിറവേറ്റാൻ സാധിച്ചു. രോഗം ഒരു ശാപമല്ല. രോഗീപരിചരണം രോഗികളുടെ അവകാശമാണ്. അത് നൽകാനുള്ള ബാധ്യത സമൂഹത്തിന്റേതാണ്

ഒറ്റപ്പെട്ടുപോയ അമ്മ

ഓർമ്മവെച്ച കാലം തൊട്ടെ കഠിനാധ്വാനം ചെയ്ത് മക്കൾക്ക് വേണ്ടി ജീവിച്ച് പിന്നീട് രോഗം പിടിപെട്ട കാരണം കൊണ്ട് മാത്രം ഒറ്റപ്പെട്ട് കഴിയേണ്ടിവന്ന ഒരമ്മ. നല്ല ആരോഗ്യമുള്ള കാലത്ത് കൂടെയുള്ളവർ ഉച്ചപ്പണി മതിയാക്കി മടങ്ങുമ്പോൾ നാരായണിയമ്മ (പേര് യഥാർത്ഥ മല്ല) ഉച്ചക്ക് ശേഷവും ഒറ്റക്ക് പണിയെടുക്കും. മക്കളെ പോറ്റി വളർത്തി ഒരു കരയ്ക്കെത്തിക്കാൻ. മുഴുകുടിയനായ ഭർത്താവ്, കുടുംബഭാരം മുഴുവൻ നാരായണിയമ്മയുടെ തലയിൽ. ഒരു പരാതിയുമില്ലാതെ അത് ഏറ്റെടുത്ത് നാല് മക്കളുടെയും കല്യാണവും കഴിപ്പിച്ചു. ഏക മകളെ കൂലിപ്പണിക്കാരനാണ് കല്യാണം കഴിച്ചത്. ഒരു ദിവസം പോലും പണിക്ക് പോയില്ലെങ്കിൽ മകൾക്കും അവരുടെ രണ്ട് മക്കൾക്കുമുള്ള പഠനച്ചെലവും ജിവിതച്ചെലവും കണ്ടെത്താൻ കഴിയില്ല. കുടുംബത്തിന് വേറെ വരുമാനമൊട്ടില്ലതാനും.

നാരായണിയമ്മയുടെ രോഗത്തിന്റെ തുടക്കം വയറുവേദനയായിരുന്നു. മക്കളെയൊന്നും ബുദ്ധിമുട്ടിക്കേണ്ടെന്ന് കരുതി ആദ്യമാദ്യം അവർ ഒറ്റക്ക് തന്നെ ആശുപത്രിയിൽ പോയി ചികിത്സിക്കാൻ തുടങ്ങി. രോഗത്തിന് ഒരു കുറവും ഉണ്ടായില്ല. ഒറ്റക്ക് പോകാൻ വയ്യാതെ അവശയായപ്പോൾ അവർ മകളുടെ സഹായം തേടി. മകളുടെ സഹായത്തോടെ വിദഗ്ധ പരിശോധന നടത്തിയപ്പോൾ രോഗം കാൻസറാണെന്നും മൂന്നാമത്തെ സ്റ്റേജിൽ എത്തിയെന്നും കണ്ടെത്തി. ആദ്യമേ രോഗം കണ്ടെത്തി ചികിത്സ നൽകേണ്ടതായിരുന്നു. ആരോടും പറയാത്തതു കൊണ്ട് പാലിയേറ്റീവ് വളണ്ടിയർമാരും അറിഞ്ഞില്ല. വായിക്കാനറിയാവുന്ന മൂത്തമകന്റെ ഭാര്യ ഡോക്ടർ എഴുതിയ കുറിപ്പടി വായിച്ച് അമ്മക്ക് കാൻസറാണെന്ന് മനസ്സിലാക്കി. അവർ മക്കളുടെ ടി.സി.യും വാങ്ങി സ്വന്തം വീട്ടിലേക്ക് പോയി. പിറ്റേന്ന് തന്നെ മറ്റ് രണ്ട് മക്കളുടെ ഭാര്യമാരും കുട്ടികളും അവരവരുടെ വീടുകളിലേക്കും പോയി. ആ അമ്മ തനിച്ചായി. വെള്ളം ചൂടാക്കികൊടുക്കാൻ പോലും ആളില്ലാതായി. മകൾ അമ്മയെ ഉപേക്ഷിച്ചില്ല. പണിക്ക് പോയി വന്നിട്ട് വേണം അ

വർക്ക് അമ്മയുടെ കാര്യം നോക്കാൻ. ആൺമക്കൾ മറ്റുള്ളവരെ ബോധ്യപ്പെടുത്താൻ പേരിനുമാത്രം എപ്പോഴെങ്കിലും വന്ന് ഒന്ന് എത്തിനോക്കിയാലായി. ആൺമക്കൾ അമ്മയെ കൈയൊഴിഞ്ഞു. വേദനയും ഒറ്റപ്പെടലും ആ അമ്മയെ ആകെ തളർത്തി. രാത്രിയിൽ വേദനകൊണ്ട് ഒരു പോള കണ്ണടക്കാനാവാതെ നിലവിളിക്കാൻ തുടങ്ങി.

ഞങ്ങൾ PIK (പാലിയേറ്റീവ് ഇനിഷ്യേറ്റീവ് ഇൻ കണ്ണൂർ) ന്റെ ചെയർമാനും ഡോക്ടറുമായിരുന്ന വിജയനുമായി ബന്ധപ്പെട്ടു നാരായണിയമ്മയുടെ എല്ലാ ചികിത്സാകുറിപ്പടിയും സ്കാൻ ചെയ്ത റിപ്പോർട്ടുമായി വളണ്ടിയർ സരോജിനിയും ഞാനും കൂടി ധർമ്മശാലയിലുള്ള മൈത്രി പെയിൻ ആന്റ് പാലിയേറ്റീവ് ക്ലിനിക്കിൽ പോയി ഡോക്ടർ വിജയനെ കണ്ട് മരുന്ന് കൊണ്ടുവന്നു. അത് കൃത്യമായി കൊടുക്കണമെന്ന് പറഞ്ഞാണ് മകളെ ഏൽപ്പിച്ചത്. എന്നാൽ മകളാകട്ടെ അതിന്റെ ഗൗരവം മനസ്സിലാക്കാതെ ഗുളികകൾ കൊടുത്ത് പണിക്ക് പോവുകയും ചെയ്യുമായിരുന്നു. വളണ്ടിയർമാർ കുറെ ദിവസം അവരുടെ വീട്ടിൽ ചെന്ന് മരുന്ന് കൊടുക്കുകയും പിന്നീടുള്ള ദിവസങ്ങളിൽ രോഗിയുടെ വീടിനടുത്ത് താമസിക്കുന്ന പാലിയേറ്റീവ് വളണ്ടിയറെ മരുന്ന് കൊടുക്കാൻ ഏർപ്പാടാക്കുകയും ചെയ്തു.

കാൻസർ പകരുന്ന രോഗമാണെന്ന അബദ്ധ ധാരണ മൂലമാണ് ആൺമക്കളും അവരുടെ കുടുംബാംഗങ്ങളും അമ്മയിൽ നിന്ന് അകന്ന് കഴിഞ്ഞത് എന്ന് ഞങ്ങൾക്ക് മനസ്സിലായി. നാരായണിയമ്മയുടെ

ആൺമക്കളെയും അവരുടെ ഭാര്യമാരെയും കുടുംബാംഗങ്ങളെയും ഒന്നിച്ചു കാണാൻ അവസരമുണ്ടാക്കി. കാൻസറിനെക്കുറിച്ചുള്ള കുടുംബത്തിന്റെ അബദ്ധധാരണ മാറ്റിയെടുക്കാൻ ബോധവൽക്കരണത്തിലൂടെ കഴിഞ്ഞതിൽ വളരെയേറെ സന്തോഷമുണ്ട്. കാൻസർ പകരുന്ന രോഗമല്ലെന്നും ശരീരത്തിലെ കോശങ്ങളുടെ അനിയന്ത്രിതമായ വളർച്ചയാണ് കാൻസറെന്നും ആർക്കും ഏത് സമയത്തും രോഗം വരാവുന്നതാണെന്നും അവർക്ക് മനസ്സിലായി. നിങ്ങൾക്ക് വേണ്ടി ജീവിച്ച ഈ അമ്മക്ക് ആവോളം സ്നേഹവും പരിചരണവും നൽകി വേദനയറിയാതെ സന്തോഷത്തോടെയുള്ള മരണം ഉറപ്പാക്കേണ്ടത് നിങ്ങളുടെ കടമയാണ് എന്ന് ഞങ്ങൾ പറഞ്ഞുകൊടുത്തു. മക്കളുടെയും പേരക്കുട്ടികളുടെയും സ്നേഹവും കരുതലും പരിചരണവും സാന്നിധ്യവും ആ അമ്മക്ക് ഉറപ്പാക്കി കൊടുത്തു. ഒടുവിൽ കുറച്ചുകാലം മക്കളോടൊപ്പം സന്തോഷത്തോടെ ജിവിച്ച് നാരായണിയമ്മ ലോകത്തോട് വിടപറഞ്ഞു. ജീവിതത്തിന്റെ അവസാന നാളുകളിൽ തന്റെ മക്കളോടൊപ്പം ആ അമ്മക്ക് ജീവിക്കാൻ തരപ്പെടുത്തിക്കൊടുത്തതിലുള്ള ഞങ്ങളുടെ സന്തോഷവും കൃതാർഥതയും ചെറുതായിരുന്നില്ല

ഞാനും വളണ്ടിയറാകും

ഒരു പാലിയേറ്റീവ് വളണ്ടിയറാവാൻ പഠിപ്പോ വിദ്യാഭ്യാസയോഗ്യതയോ ആവശ്യമില്ല. നല്ലമനസ്സും വേദനിക്കുന്നവനെ കാണാനുള്ള കണ്ണും പ്രയാസങ്ങൾ കേൾക്കാനുള്ള കാതും ഉണ്ടായാൽ മതി. ഇന്ന് സമൂഹത്തിന് സുതാര്യതയോടെയുള്ള കാരുണ്യപ്രവർത്തനം അനിവാര്യമാണ്.

ആറ് വർഷം മുമ്പാണ് പരിയാരത്തുള്ള സരോജക്ക് സ്തനാർബ്ബുദം പിടിപ്പെട്ടത്. കേവലം നാൽപത് വയസ്സ്മാത്രം പ്രായം. ഏകമകളും കൂലിപ്പണിക്കാരനായ ഭർത്താവുമടങ്ങുന്ന കുടുംബം. രോഗം സ്ഥിരീകരിച്ച ഉടനെ തലശ്ശേരി കാൻസർ സെന്റിലേക്ക് പോകാൻ നിർദ്ദേശം നൽകി. കിമോതെറാപ്പി, സർജറി, റേഡിയേഷൻ എല്ലാം ചെയ്തു. കൊഴിഞ്ഞു പോയ മുടിയെല്ലാം പഴയപോലെയായി. ആരോഗ്യം വീണ്ടെടുത്തതായി തോന്നി. മൂന്ന് മാസത്തിലൊരിക്കൽ ചെക്ക്അപ്പിന് പോയാൽ മതി. ഭർത്താവിന് കൂലിവേല ചെയ്ത് കിട്ടുന്ന കാശും സരോജയുടെ കാൻസർ പെൻഷനുമാണ് ആകെ സമ്പാദ്യം. ഏകമകളുടെ പഠനവും സരോജയുടെ ചികിത്സയും നടത്തിയിരുന്നത് ഈ തുച്ഛമായ വരുമാനം കൊണ്ടായിരുന്നു. ചികിത്സ തുടങ്ങിയതോടെ ഭർത്താവിന് കൃത്യമായി ജോലിക്ക് പോകാൻ പറ്റാതായി. ആതുരമിത്രം ചികിത്സാ സഹായം ഉദാരമതികളുടെ സഹായത്തോടെ പാലിയേറ്റീവ് യൂണിറ്റ് ഇടയ്ക്കിടെ എത്തിച്ചുകൊടുക്കുന്ന ഭക്ഷണകിറ്റുകൾ, ചെറിയതോതിലുള്ള ചികിത്സാ സഹായം ഇവയൊക്കെ ആ കുടുംബത്തിന് വലിയ ആശ്വാസമായിരുന്നു. നാല് വർഷക്കാലം വലിയ ആരോഗ്യ പ്രശ്നങ്ങളില്ലാതെ കഴിഞ്ഞു പോയി.

ഒരു ദിവസം പെട്ടെന്ന് സരോജക്ക് നടക്കാൻ ബുദ്ധിമുട്ട് അനുഭവപ്പെട്ടു. തലശ്ശേരി കാൻസർ സെന്ററിൽ ചെക്ക്അപ്പിന് പോകാൻ പറഞ്ഞ ദിവസത്തിന് മുമ്പ് തന്നെ ഡോക്ടറെ വിളിച്ച് പറഞ്ഞ് ഭർത്താവിനോടൊപ്പം ചെക്ക്അപ്പിന് പോയി. രോഗം ശരീരത്തിന്റെ മറ്റു ഭാഗങ്ങളിലേക്ക് പടർന്നു പിടിച്ചതായി ഡോക്ടർ പറഞ്ഞു. എന്നാലും സരോജ ഭാരം

എടുക്കുന്നതൊഴിച്ച് ബാക്കിയെല്ലാ ജോലികളും കൃത്യമായി ചെയ്തു പോന്നു. ഞങ്ങൾ പരിയാരം ഭാഗത്തേക്ക് ഹോംകെയറിന് പോകുന്ന ദിവസങ്ങളിലെല്ലാം അവിടെ കയറുമായിരുന്നു. 'നിങ്ങളോട് കുറെ സമയം സംസാരിച്ചിരുന്നാൽ എനിക്ക് മനസ്സിന് നല്ല സന്തോഷം കിട്ടുന്നുണ്ട്. എന്റെ രോഗമെല്ലാം ഭേദമായാൽ ഞാനും നിങ്ങളോടൊപ്പം പാലിയേറ്റീവ് കെയർ വളണ്ടിയറായി വരുന്നതാണ്.' എന്ന് സരോജ പറയുമായിരുന്നു. രോഗികളും, അവശരും, അശരണരുമായ പുറംലോകം കാണാതെ വേദന കടിച്ചമർത്തി നാല് ചുമരുകൾക്കുള്ളിൽ കഴിയുന്നവരെ ആശ്വസിപ്പിക്കാൻ സാന്ത്വനിപ്പിക്കാൻ ഞാനും നിങ്ങളോടൊപ്പം ഉണ്ടാകും എന്ന് കാണുമ്പോഴൊക്കെപറയും. ഇടയ്ക്കൊക്കെ എന്നെ ഫോണിൽ വിളിക്കും. കുറെസമയം സംസാരിച്ചിരിക്കും. കൂട്ടത്തിൽ സരോജയുടെ കൂടെ തലശ്ശേരി കാൻസർ സെന്ററിൽ ചികിത്സക്കെത്തിയിരുന്ന പുളിമ്പറമ്പിലെ സൗമ്യയുടെയും ചാലത്തൂരിലെ സാവിത്രിയുടെയും കദനകഥകൾ എന്നോട് പറയാറുണ്ടായിരുന്നു. സൗമ്യ ഗർഭാശയ കാൻസറിനാണ് ചികിത്സ തേടിയെത്തിയത്. വിധവയായ അവരുടെ ഏകമകൻ ഓട്ടിസം ബാധിച്ച് കിടപ്പിലാണെന്നും എന്നോട് പറഞ്ഞിരുന്നു. സാവിത്രി സരോജയെപ്പോലെ ബ്രസ്റ്റ് കാൻസറിന് ചികിത്സക്ക് എത്തിയതായിരുന്നു. വയസ്സായ അമ്മ മാത്രമേ അവർക്ക് സഹായമായി ഉണ്ടായിരുന്നുള്ളൂ. രണ്ടുപേരുടെയും ഫോൺ നമ്പറുകൾ തന്ന് കഴിയുന്ന സഹായം ചെയ്ത് കൊടുക്കാൻ പറ്റുമോയെന്ന് എന്നോട് ആരാഞ്ഞിരുന്നു. എന്നാൽ തക്കസമയത്ത് അവരുടെ സഹായത്തിനെത്താൻ ഞങ്ങൾക്ക് കഴിഞ്ഞിരുന്നില്ല.

ഒരു ദിവസം സരോജയുടെ ഭർത്താവ് എന്നെ വിളിച്ചു. 'ടീച്ചർ ഒന്ന് ഇവിടംവരെ വരുമോ? സരോജക്ക് ടീച്ചറെ ഒന്നു കാണണം പോലും.' ഞാൻ വളണ്ടിയർ വത്സലയെയും കൂട്ടി അവിടേക്ക് ചെന്നു. രണ്ട്മൂന്ന് ദിവസം കൊണ്ട് തന്നെ സ്ഥിതി വഷളായിരുന്നു. വെള്ളം ഇറക്കാൻ ബുദ്ധിമുട്ട്, ഛർദ്ദി, കലശലായ ക്ഷീണം ഞങ്ങൾ സരോജയുടെ രണ്ടു വശങ്ങളിലായി ഇരുന്നു. കൈയും പുറവുമെല്ലാം തടവിക്കൊടുത്തു. 'എന്റെ മോൾക്ക് ഇനിയാരുണ്ട്?' എന്ന് പറഞ്ഞ് സരോജ കരയാൻ തുടങ്ങി. ഞങ്ങൾ അവരെ സാന്ത്വനിപ്പിക്കാൻ ശ്രമിച്ചു. എനിക്കിനി ആശുപത്രിയിലൊന്നും പോകണ്ട. ഇനി എന്റെ മകളുടെ അച്ഛനെ ബുദ്ധിമുട്ടിക്കേണ്ട. മരണക്കിടക്കയിലും തലശ്ശേരി കാൻസർ സെന്ററിൽ കീമോതെറാപ്പിക്ക് വന്ന രണ്ട് രോഗികളുടെ കാര്യം ഓർമ്മപ്പെടുത്താൻ മറന്നില്ല. കഴിയുന്നത് ചെയ്തുകൊടുക്കാമെന്ന് പറഞ്ഞ് അവരെ സമാധാനിപ്പിച്ചു.

പിറ്റേദിവസം രാവിലെ ഫോൺ റിങ്ങ് ചെയ്യുന്ന ശബ്ദം കേട്ടാണ് ഞാൻ ഉണർന്നത്. 'സരോജ പോയി ടീച്ചറെ..' ഭർത്താവ് വിലപിച്ചു. എന്താണ് അങ്ങോട്ട് പറയേണ്ടത് എങ്ങനെ ആശ്വസിപ്പിക്കണം ഞാൻ ഒന്നും മിണ്ടാതെ നിന്നു. ഒരു പാലിയേറ്റീവ് വളണ്ടിയറാകാനുള്ള ആഗ്രഹം സഫലമാകാതെ സരോജ മരണത്തിന് കീഴടങ്ങി. വളണ്ടിയറാകാനുള്ള അവരുടെ ആഗ്രഹം സഫലമായില്ലെങ്കിലും അവർ പരിചയപ്പെടുത്തിയ സൗമ്യയെയും, സാവിത്രിയെയും അവരുടെ അന്തിമാഭിലാഷം സാധ്യമാക്കിക്കൊടുക്കാൻ ഞങ്ങൾ തയ്യാറായി. അവരെ ഞങ്ങളുടെ സാന്ത്വന പരിചരണത്തിന്റെ ഭാഗമാക്കി

സൗജന്യ ചികിത്സ

'ടീച്ചറെ ഇന്ന് ഏത് ഭാഗത്തേക്കാണ് ഹോംകെയറിന് പോകുന്ന ത്?' പൊടിത്തടത്തിലുള്ള പാലിയേറ്റീവ് കെയർ വളണ്ടിയർ ലീല എന്നെ ഫോണിൽ വിളിച്ച് ചോദിച്ചു. 'ഇവിടെ അടുത്ത് ഒരു രോഗിയുണ്ട്. പയ്യ ന്നൂരിലെ ഏതോ ഒരു ആശുപത്രിയിലാണ് ചികിത്സ. എന്താണ് അസുഖം എന്നൊന്നും അറിയില്ല. മറ്റന്നാൾ ചൊവ്വാഴ്ച സർജറിക്ക് പോകണമത്രെ.' ലീല പറഞ്ഞു. ഞങ്ങൾ പത്ത് മണിക്ക് അവിടെ യെത്താന്നെ് പറഞ്ഞു. ലീല ആർട്സ് ക്ലബ്ബിന്റെ മുന്നിൽ നിന്നാൽ മതി. ഞങ്ങൾ നാല് വളണ്ടിയർമാർ ഒൻപതേ മുക്കാലിന് തന്നെ അവിടെയെ ത്തി. ലീലയെയും കൂട്ടി രോഗിയായ കത്രീനയുടെ വീട്ടിലേക്ക് പോയി. കത്രീന തറയിൽ കിടക്കുകയായിരുന്നു. രോഗം കാരണം അമ്മയും (ക ത്രീനയും) മകളും വളരെ സങ്കടത്തിലായിരുന്നു. പഞ്ചായത്തിന്റെ ധന സഹായത്തോടെ നിർമ്മിക്കുന്ന വീടിന്റെ പണി നടന്നുകൊണ്ടിരിക്കുക യാണ്. താൽക്കാലികമായി കെട്ടിയുണ്ടാക്കിയ ഷെഡ്ഡിലാണ് അവരുടെ താമസം. കത്രീനയുമായി കുറെസമയം സംസാരിച്ചു. ഒടുവിൽ സ്കാനിംഗ് റിപ്പോർട്ടും, രോഗവിവരങ്ങളടങ്ങിയ ഡോക്ടറുടെ കുറിപ്പ ടിയും വായിച്ചുനോക്കി. സ്തനാർബ്ബുദമാണെന്ന് മനസ്സിലായി. ചികി ത്സക്ക് പയ്യന്നൂരിലേക്ക് പോകാനുള്ള കാരണം ആരാഞ്ഞു. മകൾ പറ ഞ്ഞു. 'അമ്മക്ക് ഒരു ദിവസം രാത്രി പെട്ടെന്ന് തലകറക്കവും ക്ഷീണവു മുണ്ടായി. ഒരു പ്രാവശ്യം ഛർദ്ദിക്കുകയും ചെയ്തു. അതോടെ അമ്മ കുഴഞ്ഞു വീണുപോയി. എന്ത് ചെയ്യണം, എങ്ങോട്ട് പോകണം എന്ന് ഒരു പിടിയും കിട്ടിയില്ല. വാഹന സൗകര്യം ഇല്ലാത്ത ഇവിടുന്ന് അമ്മയെ ഞങ്ങൾ താങ്ങിപ്പിടിച്ച് ആ കവലയിൽ എത്തിച്ചു. ഭാഗ്യത്തിന് അപ്പോൾ ഒരു ഓട്ടോ വരുന്നുണ്ടായിരുന്നു. ഞങ്ങൾ ഓട്ടോ നിർത്തിച്ച് അതിൽ കയറി പയ്യന്നൂരിലെ ആശുപത്രിയിൽ എത്തി പരിശോധനക്കുശേഷം ഡോക്ടർ മരുന്ന് കുറിച്ചു തന്നു. മരുന്ന് കഴിച്ചപ്പോൾ അസുഖം കുറ ഞ്ഞു. പത്ത് ദിവസം കഴിഞ്ഞ് ചെന്നപ്പോഴാണ് സർജറിയുടെ കാര്യം പറഞ്ഞത്. ഇതുവരെ ചികിത്സിച്ച ഡോക്ടറുടെ അടുത്ത്തന്നെ സർജ

റിയും ആകാമെന്ന് കരുതി. സർജറി വളരെ ചെലവുള്ളതാണെന്ന് ആസ്പത്രി അധികൃതർ പറഞ്ഞു. പണം കണ്ടെത്താൻ ഒരു വഴിയും കുടുംബത്തിന്റെ മുമ്പിൽ ഇല്ല. വീടിന്റെ പണിയാണെങ്കിൽ പാതിവഴി യിലും. അമ്മയുടെ ജീവനെക്കാൾ വലുതല്ലല്ലൊ വീട്. വീട് പണി ക്കായി പഞ്ചായത്ത് നൽകിയിട്ടുള്ള തുക സർജറിക്ക് ഉപയോഗിക്കാൻ കുടുംബം തീരുമാനമെടുത്തു.'

പലക്യാമ്പുകളിലും ക്ലാസ്സുകളിലും വെച്ച് പരിചയപ്പെട്ട തലശ്ശേരി കാൻസർ സെന്ററിലെ ഡോക്ടറുമായി ഞാൻ ബന്ധപ്പെട്ടു. കുടുംബം ആകെ പ്രതിസന്ധിയിൽ അകപ്പെട്ട സമയത്താണ് രോഗിയുടെ കുടും ബവുമായി ഞങ്ങൾ ബന്ധപ്പെടുന്നത്. തലശ്ശേരി കാൻസൽ സെന്ററിൽ നിന്ന് മേജർ സർജറിയടക്കമുള്ള വിദഗ്ധ ചികിത്സ സൗജന്യമായി ലഭി ക്കുമെന്ന കാര്യം കുടുംബത്തിന് അറിയില്ലായിരുന്നു. തലശ്ശേരി കാൻസർ സെന്ററിൽ നിന്ന് ചികിത്സയെടുക്കാൻ കുടുംബത്തെ പ്രേരി പ്പിച്ചു. കുടുംബം അതിന് തയ്യാറായി. ഡോക്ടറുടെ നിർദ്ദേശമനുസരിച്ച് തലശ്ശേരി കാൻസർ സെന്ററിൽ എത്തിച്ച കത്രീനയെ വിദഗ്ദ്ധ പരി ശോധനയ്ക്ക് വിധേയമാക്കി. കത്രീനക്ക് സ്തനാർബ്ബുദമാണെന്ന് തിട്ട പ്പെടുത്തി. സൗജന്യ ശസ്ത്രക്രിയ നടത്തപ്പെട്ടു. ഫണ്ട് ലഭിക്കാനുള്ള കാര്യങ്ങളും ചെയ്തു കൊടുത്തു. കത്രീന ഇപ്പോൾ സുഖമായിരിക്കു ന്നു. ആദ്യം മൂന്ന് മാസത്തിലൊരിക്കൽ, പിന്നീട് ആറ് മാസത്തിലൊരി ക്കൽ ചെക്കപ്പിന് പോകേണ്ടിവന്നു. ഇനി എന്തെങ്കിലും പ്രശ്നമുണ്ടെ

ങ്കിലെ ചെക്കപ്പിന് പോകേണ്ടതുള്ളൂ. വീട് പണിക്ക് കരുതിവെച്ചിരുന്ന പണവുമായി സർജറിക്ക് പോകാനിരുന്ന കത്രീനക്ക് സൗജന്യ ചികിത്സ കിട്ടി. രോഗവും മാറിക്കിട്ടി. വീട് പണിയും നടന്നു. തക്കസമയത്ത് കുടുംബത്തെ ബോധവൽക്കരിക്കാൻ കഴിഞ്ഞതുകൊണ്ടും തുടക്കത്തിൽ തന്നെ രോഗം കണ്ടെത്തി ചികിത്സിച്ചതുകാരണവും രോഗം പൂർണ്ണമായും ഭേദമായി. തക്കസമയത്ത് രോഗിയേയും കുടുംബത്തെയും സഹായിക്കാൻ കഴിഞ്ഞതിലുള്ള ആത്മസംതൃപ്തി പറഞ്ഞറിയിക്കാൻ കഴിയുന്നതിലും അപ്പുറമായിരുന്നു.

ഈ കോവിഡ് കാലത്ത് കത്രീനക്ക് കോവിഡ് ബാധിച്ചു. കത്രീനയുടെ മകൾ ആദ്യം എന്നെയാണ് വിളിച്ച് വിവരം അറിയിച്ചത്. രോഗികളുടെ ബാഹുല്യം കാരണം തൊട്ടടുത്ത കണ്ണൂർ മെഡിക്കൽ കോളേജിൽ നിന്ന് കോവിഡ് ചികിത്സ ലഭ്യമായില്ല. അധികൃതരുടെ സഹായത്തോടെ ഉടനെതന്നെ അഞ്ചരക്കണ്ടി മെഡിക്കൽ കോളേജിലേക്ക് അവരെ എത്തിക്കുകയാണുണ്ടായത്. മൂന്നാഴ്ചകൊണ്ട് രോഗം ഭേദമായി വീട്ടിലേക്ക് തിരിച്ചു വന്നു. എല്ലാദിവസവും ഫോണിൽ വിളിച്ച് അവർക്ക് ധൈര്യം പകരാൻ ശ്രദ്ധിച്ചിരുന്നു. ഡിസ്ചാർജ് ചെയ്യുന്ന ദിവസം അങ്ങോട്ട് വിളിക്കുന്നതിന് മുമ്പ് തന്നെ കത്രീന എന്നെ വിളിച്ചു പറഞ്ഞു. 'ടീച്ചറെ നിങ്ങളുടെയൊക്കെ പ്രാർത്ഥനയും സഹായവും കൊണ്ട് എന്റെ ടെസ്റ്റ് റിപ്പോർട്ട് നെഗറ്റീവ് ആയി വന്നു.' പാലിയേറ്റീവ് കെയർ വളണ്ടിയർമാർ തക്കസമയയത്ത് രോഗിക്ക് സഹായുമായി എത്തി. കത്രീന ഇന്ന് പൂർണ്ണ ആരോഗ്യവതിയാണ്. കാൻസർ രോഗവിമുക്തയായ അവർക്ക് കോവിഡ് എന്ന മഹാമാരിയിൽനിന്നും രക്ഷപ്രാപിക്കാനും കഴിഞ്ഞു. തക്കസമയത്ത് രോഗിയേയും അവരുടെ കുടുംബത്തേയും സഹായിക്കാൻ കഴിഞ്ഞതിൽ ഞങ്ങൾ അതീവ സന്തുഷ്ടരും കൃതാർത്ഥരുമാണ്.

കാരുണ്യപാലിയേറ്റീവിന്റെ ശ്രദ്ധയിൽ കത്രീനയെ കാട്ടിത്തന്ന രാഘവന്റെയും ലീലയുടെയും സേവനം എന്നും ഞങ്ങൾക്ക് ഒരു കൈത്താങ്ങാണ്. രോഗിപരിചരണം പോലെ തന്നെ പ്രാധാന്യമർഹിക്കുന്ന കാര്യമാണത്

കാൻസറിനെക്കുറിച്ചുള്ള അജ്ഞത

നരിക്കുനി പഞ്ചായത്തിലെ ഓണപ്പറമ്പിലുള്ള മുസ്തഫ (പേര് യഥാർത്ഥമല്ല) അതിരാവിലെ ഒരു കട്ടൻചായയും കുടിച്ച് ജോലിക്ക് പോകും. പണിസ്ഥലത്ത് നിന്നും കിട്ടുന്ന ഭക്ഷണമാണ് പ്രധാന ആശ്രയം. വളരെ കഷ്ടപ്പെട്ടാണ് മുസ്തഫ മൂന്ന് മക്കൾക്കും ചെറിയ തോതിലുള്ള വിദ്യാഭ്യാസവും കൊടുത്ത് രണ്ട് പേരെ കെട്ടിച്ചയച്ചതും ഇളയമകന് ഒരു പലചരക്ക് കടയിൽ ജോലി ശരിയാക്കികൊടുത്തതും കഠിനാധ്വാനം ചെയ്തും കഷ്ടപ്പെട്ടും ഉണ്ടാക്കിയതാണ് അവർ ഇന്ന് താമസിക്കുന്ന വീട്.

പെട്ടെന്ന് ഒരു ദിവസം മുസ്തഫയ്ക്ക് തലവേദനയും ഛർദ്ദിയും വന്നു. വല്ലാത്ത ക്ഷീണവും. പല ഡോക്ടർമാരെയും കണ്ടു. തലവേദന മുസ്തഫയെ പിൻതുടർന്നു. മൈഗ്രേൻ ആണെന്നും കഫക്കെട്ട് കൊണ്ടാണെന്നുമൊക്കെ പറഞ്ഞ് ഡോക്ടർമാർ പല മരുന്നുകളും മാറി മാറി കൊടുത്തു. താൽക്കാലികമായി ശമനമുണ്ടായെങ്കിലും വിട്ടുമാറാത്ത തലവേദന കാരണം മുസ്തഫക്ക് ജോലിക്ക് പോകാൻ കഴിയാതെയായി. ആയിടെയാണ് അദ്ദേഹത്തിന്റെ അടുത്ത ബന്ധുവായ ഫാത്തിമ (പേര് യഥാർത്ഥമല്ല) എന്ന മാനസിക രോഗിയേയും കൊണ്ട് ഞാൻ കണ്ണൂരിൽ മെഡിക്കൽ ബോർഡിൽ ഹാജരാക്കാൻ പോയത്. ഫാത്തിമക്ക് മാനസിക വെല്ലുവിളി നേരിടുന്നവർക്കുള്ള പെൻഷൻ കിട്ടണമെങ്കിൽ മെഡിക്കൽ ബോർഡിന്റെ സർട്ടിഫിക്കറ്റും അപേക്ഷയോടൊപ്പം ഹാജരാക്കണം. അതിന് വേണ്ടിയാണ് അവരെ മെഡിക്കൽ ബോർഡിന്റെ മുമ്പിൽ എത്തിക്കാൻ ഫാത്തിമയോടൊപ്പം പോയത്. എപ്പോഴും ചറപറ വർത്തമാനം പറഞ്ഞുകൊണ്ടിരിക്കുന്ന ഫാത്തിയാണ് മുസ്തഫയെക്കുറിച്ച് പറഞ്ഞത്. ഇപ്പറഞ്ഞ കാര്യം ശരിയാണോ എന്നറിയാൻ അവളുടെ ഉമ്മയോട് ചോദിച്ചു. 'ഞാൻ ഓന്റെ കാര്യം ടീച്ചറോട് പറയാനിരുന്നതാണ് മുസ്തഫേന്റെ കാര്യം പോക്കാ ടീച്ചറെ' ഉമ്മ പറഞ്ഞു.

പിറ്റേ ദിവസം വളണ്ടിയർമാരായ ബാലകൃഷ്ണൻ, റീന, നാരായണേട്ടൻ, സുലേഖ എന്നിവരോടൊപ്പം മുസ്തഫയുടെ വീട്ടിൽ ചെന്നു. പുറത്ത് ആരെയും കണ്ടില്ല. കോളിംഗ് ബെല്ലടിച്ചിട്ടും ആരും പുറത്ത് വന്നില്ല. കുറച്ച് സമയം കാത്തിരുന്നു. ഞങ്ങൾ 'ഇവിടെ ആരും ഇല്ലേ?' എന്ന് ചോദിച്ചും കൊണ്ട് അകത്തേക്ക് ചെന്നു. രണ്ട് വാതിലുകളും (അറയുടെ) അടഞ്ഞു കിടക്കുന്നു. ഉള്ളിൽ നിന്നും ഒരു ചെറിയ കുട്ടിയുടെ കരച്ചിൽ കേൾക്കുന്നു. അടുക്കളയിൽ നിന്ന് പാത്രം കഴുകുന്ന ശബ്ദവും. ഞങ്ങളെ അകത്ത് കണ്ടപ്പോൾ മുസതഫയുടെ ഭാര്യ അടുത്തേക്ക് വന്നു. ഞങ്ങൾ സ്വയം പരിചയപ്പെടുത്തി. മുസ്തഫയുടെ കാര്യമെല്ലാം ചോദിച്ചു. മുസ്തഫ എവിടെയാണെന്ന് ഞാൻ ചോദിച്ചു. ഈ മുറിക്കകത്താണ് എന്നും പറഞ്ഞ് ഉമ്മ പോയി. വാതിൽ പുറത്ത് നിന്ന് ഓടാമ്പൽ ഇട്ടിരുന്നു. ഞങ്ങൾ വാതിൽ തള്ളിത്തുറന്നു. തലയിൽ വലിയൊരു മുഴയുമായി മുസ്തഫ കട്ടിലിൽ നിസ്സഹായനായി ഇരിക്കുന്നു. ആ മുറിയിൽ വെളിച്ചവും വായുസഞ്ചാരവുമില്ല. ചെറിയ ഒരു ജനൽ ഉള്ളത് അടച്ചിട്ടിരിക്കുകയാണ്. ഞങ്ങൾ ജനൽ തുറന്നു. ലൈറ്റിട്ടു. മുറിക്കകത്ത് ഒരു ബക്കറ്റിൽ വെള്ളം, മഗ്ഗ്, ഭക്ഷണം കഴിച്ച പാത്രം, ഗ്ലാസ് ഇതൊക്കെ കണ്ടു. പകർച്ചവ്യാധി പിടിപെട്ട ആളെ താമസിപ്പിച്ച പോലെ. ഇരിക്കാൻ ഒരു സ്റ്റൂളുപോലും മുറിക്കകത്ത് ഉണ്ടായിരുന്നില്ല. പുറത്ത് നിന്ന് ഒരു സ്റ്റൂൾ എടുത്ത് കൊണ്ട് വന്ന് മുസ്തഫയുടെ അടുത്തിരുന്നു. മുസ്തഫ എന്നോട് ചോദിച്ചു. 'ടീച്ചറെ മാഷ്ക്ക് സുഖമാണോ? എത്ര നാളായി കണ്ടിട്ട്?' മുസ്തഫയോട് രോഗവിവരങ്ങളെല്ലാം ചോദിച്ച് മനസ്സിലാക്കി. മുസ്തഫ പറയുകയാണ്, 'എന്റെ മകളുടെ കല്യാണം കഴിഞ്ഞിട്ട് പത്ത് വർഷത്തിന് ശേഷമാണ് ഒരു കുഞ്ഞുണ്ടായത്. ആ കുഞ്ഞിനെപോലും എന്നെ ഒന്ന് കാണിച്ചുതന്നില്ല.' മുസ്തഫ വിങ്ങി കരഞ്ഞുകൊണ്ട് തുടർന്നു. 'എനിക്ക് കാൻസർ ആണെന്ന് അറിഞ്ഞതിന് ശേഷം എന്റെ ഭാര്യപോലും ഈ മുറിക്കകത്ത് കടന്നിട്ടില്ല. പുറത്ത് നിന്ന് ഭക്ഷണം ഉള്ളിലേക്ക് വച്ചിട്ട് പോകും. നല്ലോണം വിശപ്പ് സഹിക്കാതാവുമ്പാൾ ഞാൻ കുറച്ചെന്തെങ്കിലും എടുത്ത് കഴിക്കും. ഇതിനുള്ളിൽ കുടുംബാംഗങ്ങളിൽ നിന്നൊക്കെ അകന്ന് പുറംലോകം കാണാൻ കഴിയാതെ നരകയാതന അനുഭവിക്കാൻ തുടങ്ങിയിട്ട് ഒരു മാസമായി. ടീച്ചറെ എങ്ങെനെയെങ്കിലും ഒന്ന് മരിച്ചുകിട്ടിയാൽ മതിയായിരുന്നു.'

മുസ്തഫയുടെ ഭാര്യയെയും രോഗത്തെ പേടിച്ച് ഉള്ളിൽ കതകടച്ചിരിക്കുന്ന മക്കളെയും ഞങ്ങൾ അടുക്കളപ്പുറത്തേക്ക് വിളിച്ചു. കാൻസ

റിനെക്കുറിച്ചുള്ള ബോധവത്ക്കരണവും കൗൺസിലിങ്ങും നടത്തി. കോശങ്ങളുടെ അനിയന്ത്രിതവും അസാധാരണവുമായ വളർച്ചയാണ് കാൻസർ എന്നും ശരീരത്തിന്റെ ഏത് ഭാഗത്തുമുള്ള ജീവകോശങ്ങളെയും കാൻസർ ബാധിക്കാമെന്നും അവരോട് പറഞ്ഞു. ഓരോ അവയവത്തിനനുസരിച്ച് കാൻസറിന്റെ സ്വഭാവവും തരവും വ്യത്യാസപ്പെടുന്നു. കാൻസർ പകരുന്ന രോഗമല്ലെന്ന് മുസ്തഫയുടെ കുടുംബത്തെ ബോധ്യപ്പെടുത്താൻ ഏറെ പണിപ്പെടേണ്ടിവന്നു. അധികം കാൻസറുകളും പാരമ്പര്യരോഗമല്ല. എന്നാൽ ഏതാണ്ട് ഏഴോ എട്ടോ ശതമാനം കാൻസറുകൾ ജനിതകം ആകാം. അത്തരം കാൻസറുകളിൽ രോഗിയുടെ അടുത്ത ബന്ധുക്കളെ ജനിതകപരിശോധനക്ക് വിധേയരാക്കുന്നത് അഭികാമ്യമായിരിക്കും.

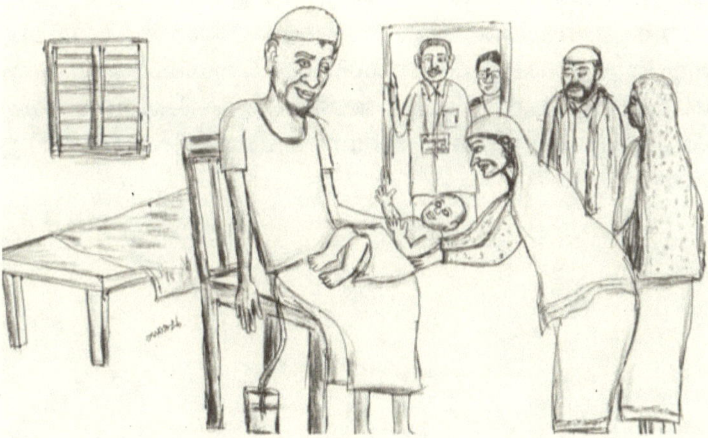

മുസ്തഫയെ ഞങ്ങൾ പുറത്ത് സോഫയിൽ ഇരുത്തി. ഞങ്ങൾ അടുത്ത് ചുറ്റുമായി ഇരുന്നു. ഒരുപാട് കാര്യങ്ങൾ സംസാരിച്ചു. തലശ്ശേരി കാൻസർ സെന്ററിൽ ഒറ്റപ്രാവശ്യമേ പോയിട്ടുള്ളൂവെന്നും പിന്നെ പോകാൻ കാശില്ലാത്തതുകൊണ്ടും ഒന്നിച്ചു പോകാൻ ആളില്ലാത്തതുകൊണ്ടുമാണ് പോകാതിരുന്നതെന്നും മനസ്സിലായി. പള്ളിക്കമ്മറ്റി ഭാരവാഹിയായ സമീറാണ് (പേര് യഥാർത്ഥമല്ല) കഴിഞ്ഞ പ്രാവശ്യം തലശ്ശേരിയിൽ ഒന്നിച്ചു പോയിരുന്നത്. അവരുടെ നമ്പർ വാങ്ങി വിളിച്ചു. പത്ത് മിനിറ്റുകൊണ്ട് സമീർ അവിടെയെത്തി. പിറ്റേ ദിവസം രാവിലെ തന്നെ തലശ്ശേരി ക്യാൻസർ സെന്ററിലേക്ക് മുസ്തഫയെയും കൂട്ടി

പോകാൻ വേണ്ട ഏർപ്പാടുകൾ ചെയ്തു. തൽക്കാലത്തേക്ക് വേണ്ട സാമ്പത്തികകാര്യങ്ങൾ ഏർപ്പാടാക്കി.

പത്ത് കൊല്ലത്തിന് ശേഷം ആദ്യമായി ആ വീട്ടിലുണ്ടായ പേരക്കുട്ടിയെ മകൾ ഉപ്പയുടെ കയ്യിൽ കൊടുത്തു. മുസ്തഫയുടെ കണ്ണുകൾ സന്തോഷം കൊണ്ട് നിറഞ്ഞൊഴുകി. ആ കാഴ്ച കണ്ടുനിന്ന ഞങ്ങളുടെ കണ്ണുകളും നിറഞ്ഞു. പകൽ സമയം മുഴുവൻ പുറത്തിരിക്കാൻ ഏർപ്പാടാക്കി. എല്ലാവരുടെ മുഖത്തും തളം കെട്ടിനിന്ന മ്ലാനതയും ദുഃഖവും നീങ്ങി. മൂടിക്കെട്ടിയ അന്തരീക്ഷം പെയ്തൊഴിഞ്ഞ മഴപോലെ തെളിഞ്ഞു. രോഗം ഒരു ശാപമല്ല. രോഗി പരിചരണം രോഗിയുടെ അവകാശമാണ്. രോഗം വന്നവരെ അറപ്പോടും അവജ്ഞയോടും കാറ്റും വെളിച്ചവും കടക്കാത്ത മുറികളിൽ തള്ളുന്ന എത്രയോ പേരെ പാലിയേറ്റീവ് പരിചരണവേളകളിൽ ഞങ്ങൾ കണ്ടിട്ടുണ്ട്. പാലിയേറ്റീവ് കെയർ വളണ്ടിയർമാരുടെ അവസരോചിതമായ ഇടപെടലിലൂടെയും നിരന്തരമായ ഹോം കെയറിലൂടെയും ഇതിനെല്ലാം ഒരളവോളം കുറവ് വരുത്താനും മാറ്റം ഉണ്ടാക്കുവാനും സാധിച്ചിട്ടുണ്ട്. മുസ്തഫയുടെ കുടുംബത്തിന് കാൻസറിനെക്കുറിച്ചുള്ള അജ്ഞത ദൂരീകരിക്കാനും ശേഷിച്ച അവരുടെ കുടുംബജീവിതം സന്തോഷപ്രദമാക്കിക്കൊടുക്കാനും കഴിഞ്ഞു.

ശിഷ്യസമ്പത്ത്

'മാതാപിതാ ഗുരുദൈവം' എന്നാണല്ലോ ചൊല്ല്. ഒരുകാലത്ത് ഗുരുക്കന്മാർക്ക് സമൂഹത്തിൽ മാന്യമായ സ്ഥാനമുണ്ടായിരിന്നു. എന്നാൽ ഇന്ന് മാതാപിതാക്കളെയും ഗുരുക്കന്മാരെയും ദൈവതുല്യരായി കാണുന്നവർ വളരെവിരളമാണ്. മറ്റേതൊരു തൊഴിലിൽ നിന്നും കിട്ടാത്ത സമ്പത്ത് അധ്യാപകർക്കുണ്ട്. ഏതൊരു സ്ഥലത്തെത്തിയാലും വാഹനത്തിലായാലും, വിവാഹസ്ഥലത്തായാലും, യാത്രയിലായും ചുരുങ്ങിയത് ഒന്നോ രണ്ടോ ശിഷ്യരെങ്കിലും കാണും. ഒരിക്കൽ ഞാൻ വയലിലെ കൃഷിപ്പണിക്ക് സ്ത്രീകളെ വിളിക്കാൻ കുറച്ചകലെപോയി തിരിച്ചുവരാൻ സന്ധ്യയായി. ബസ്സിൽ കയറുമ്പോൾ ഒരുപാട് സ്ത്രീകളും പുരുഷന്മാരും സീറ്റിൽ നിന്നും എഴുന്നേറ്റ് 'ഇവിടെ ഇരിക്കണം ടീച്ചറെ' എന്ന് പറയുന്നു. കണ്ടക്ടർ അതിശയത്തോടെ നോക്കുന്നു. ഒരാൾക്ക് ഇരിക്കാൻ ഇത്രയും പേരുടെ സീറ്റോ? ജോലികഴിഞ്ഞ് വരുന്ന എന്റെ പൂർവ്വ വിദ്യാർത്ഥികളായിരുന്നു അവരിൽ പലരും. കണ്ടക്ടർ ടിക്കറ്റിനായി എന്റെ അടുത്ത് പോലും വന്നില്ല. അതിന് മുമ്പ്തന്നെ പിന്നിൽ നിന്നും ആരോ ടിക്കറ്റെടുത്തു.

ഒരിക്കൽ ഞങ്ങൾ തിരുപ്പതി ക്ഷേത്രത്തിൽ പോകാൻ രാത്രി 11 മണിക്കുള്ള ബസ്സ് കാത്ത് തളിപ്പറമ്പ് ബസ്റ്റോപ്പിൽ നിൽക്കുകയായിരുന്നു. കണ്ണൂരിൽ നിന്ന് ട്രെയിനിന് പോകേണ്ടതായിരുന്നു. ബസ്സ് സ്റ്റോപ്പിൽ നിർത്താതെ കടന്നുപോയി. അന്ന് തളിപ്പറമ്പ് തൃച്ചംബരം ക്ഷേത്രോത്സവത്തോടനുബന്ധിച്ച് പൂക്കോത്ത് നടയിൽ നടത്തുന്ന ഗാനമേളക്കെത്തിയ 2 കുട്ടികൾ ഞങ്ങളെക്കണ്ട് അടുത്തേക്ക് വന്നു. അവർ ബൈക്ക് നിർത്തി കാര്യങ്ങൾ തിരക്കി അവർ ഉടനെ ഏഴാം മൈലിൽ എത്തിയ ബസ്സിനെ തിരിച്ച് തളിപ്പറമ്പിലെ സ്റ്റോപ്പിലെത്തിച്ചു. ഞങ്ങളെ ബസ്സിൽ കയറ്റി വിട്ട് പോകാൻ നേരത്ത് അവർ പറഞ്ഞു. 'ഞങ്ങളുടെ ഗുരുനാഥക്ക് വേണ്ടി ഇത്രയെങ്കിലും ചെയ്യാൻ കഴിഞ്ഞില്ലെങ്കിൽ ഞങ്ങളെങ്ങനെ അങ്ങയുടെ ശിഷ്യരാണെന്ന് പറയും?'

പാലിയേറ്റീവ് പരിചരണത്തിലുള്ള രോഗികളുടെ ആവശ്യത്തിനായി

പലപ്പോഴായി ലേബർ ഓഫീസിലും കലക്ട്രേറ്റിലും വില്ലേജ് ഓഫീസിലും, പഞ്ചായത്ത് ആഫീസിലും, താലൂക്ക് സപ്ലൈ ആഫീസിലും ചെല്ലേണ്ടി വരാറുണ്ട്. അധ്യാപക ദമ്പതികളായ ഞങ്ങളുടെ ആരുടെയെങ്കിലും ശിഷ്യർ അവിടെ സഹായത്തിനുണ്ടാവാറുണ്ട്.

ഒരിക്കൽ കണ്ണൂരിലെ ലേബർ ഓഫീസിൽ ചെന്നപ്പോഴാണറിയുന്നത് ലേബർ ഓഫീസർ തളിപ്പറമ്പ് കേയി സാഹിബ് ട്രെയിനിംഗ് കോളേജിൽ മാഷുടെ (എന്റെ ഭർത്താവിന്റെ) ശിഷ്യനാണെന്ന്. അപകടത്തിൽ വീണ് പരിക്കുപറ്റിയ കണ്ണോത്തും കോട്ടക്കീലുമുള്ള രണ്ട് രോഗികളുടെയും തെങ്ങിൽ നിന്ന് വീണ് മരിച്ചുപോയ നരിക്കോട്ടെ പനക്കട കൃഷ്ണന്റെ വിധവക്കുമുള്ള സഹായധനത്തിനുള്ള അപേക്ഷകളുമായാണ് ഞങ്ങൾ രണ്ടുപേരും അവിടെ ചെന്നത്. ഗുരുവിനും ഗുരുപത്നിക്കും ഉചിതമായ സ്വീകരണവും ആദരവും ലഭിച്ചു. പനക്കട കൃഷ്ണന്റെ മൂന്ന് കുട്ടികളും എന്റെ പൂർവ്വവിദ്യാർത്ഥികളാണ്. സഹായധനത്തിനുള്ള അപേക്ഷയോടൊപ്പം അപേക്ഷ വൈകിയതിനുള്ള കാരണം കാണിച്ചുകൊണ്ടുള്ള മാപ്പപേക്ഷയും എഴുതി സമർപ്പിച്ചു. മാഷുടെ ശിഷ്യൻ അവിടെയുള്ളതുകൊണ്ടുതന്നെ വേഗത്തിലും എളുപ്പത്തിലും രോഗികൾക്കുള്ള സഹായധനം ലഭ്യമാക്കാൻ സാധിച്ചു. ഒറ്റത്തവണ പോയതല്ലാതെ ബാക്കി കാര്യങ്ങളൊക്കെ ഫോണിലൂടെയാണ് സംസാരിച്ച് ശരിയാക്കിത്തന്നത്. വർഷങ്ങൾക്ക് മുമ്പ് കെട്ടിട നിർമ്മാണ തൊഴിലാളിയായ ഗോപി കെട്ടിടത്തിൽ നിന്ന് വീണ് നട്ടെല്ല് പൊട്ടിപ്പോയിരുന്നു. ക്ഷേമനിധിയിൽ നിന്ന് സാമ്പത്തിക സഹായത്തിനുള്ള അപേക്ഷയും മാപ്പപേക്ഷയും, മെഡിക്കൽ ബോർഡിന്റെ സർട്ടിഫിക്കറ്റ് സഹിതം കണ്ണൂർ ക്ഷേമനിധി ഓഫീസറുടെ ശുപാർശയോടെ തിരുവനന്തപുരത്തേക്ക് അയച്ചുവെങ്കിലും സാമ്പത്തിക സഹായം അനുവദിച്ചു കിട്ടാൻ കാലതാമസം വന്നു. അതിന് കാത്ത് നിൽക്കാതെ ഗോപി മരണത്തിന് കീഴടങ്ങി.

ഒരിക്കൽ കണ്ണൂരിൽ ഒരു യോഗത്തിൽ വെച്ച് പരിചയപ്പെട്ട ലോട്ടറി വില്പനക്കാരനായ നാരായണൻ എന്നൊരാൾ കീരിയുടെ കടിയേറ്റ് ഒരുപാട് കാശ് ചെലവാക്കിയിട്ട് ചികിത്സാ സഹായമൊന്നും കിട്ടിയില്ലെന്ന് പറഞ്ഞു. എന്റെ കഴുത്തിലിട്ടിരിക്കുന്ന 'പാലിയേറ്റീവ് വളണ്ടിയർ' എന്ന ടാഗ് കണ്ടിട്ടാവണം അവർ എന്റെ അടുത്ത് വന്ന് കാര്യങ്ങളൊക്കെ പറഞ്ഞത്. വനംവകുപ്പിൽ നിന്നും സഹായധനം ലഭിക്കാനുള്ള കാര്യങ്ങളൊക്കെ ഞാൻ വിശദമായി പറഞ്ഞുകൊടുത്തു. എന്തെങ്കിലും ആവശ്യമുണ്ടെങ്കിൽ വിളിക്കാൻ മടിക്കേണ്ടെന്നും പറഞ്ഞ് ഞാനെന്റെ

ഫോൺ നമ്പറും കൊടുത്തു. ഏകദേശം മൂന്ന് മാസം കഴിഞ്ഞുകാണും 'ഒരുപാട് നന്ദിയുണ്ട് ടീച്ചറെ എനിക്ക് വനം വകുപ്പിൽ നിന്നും 45,000 രൂപ കിട്ടി. കിട്ടിയ ഉടനെയാണ് ഞാൻ ടീച്ചറെ വിളിക്കുന്നത്.' അത് കീരിയുടെ കടിയേറ്റ നാരായണനായിരുന്നു. ഇതുപോലെ പാമ്പ്, കുറുക്കൻ എന്നിവയുടെ കടിയേറ്റവർക്കും സഹായധനം വാങ്ങിക്കൊടുക്കാൻ വേണ്ടത് ചെയ്തു കൊടുത്തു വരുന്നു. സർക്കാരിൽ നിന്നും സർക്കാരിതര ഏജൻസികളിൽ നിന്നും രോഗികൾക്കും അവരുടെ ആശ്രിതർക്കും ലഭിക്കേണ്ടതായ ആനുകൂല്യങ്ങൾ യഥാസമയം ലഭ്യമാക്കിക്കൊടുക്കാൻ കാരുണ്യപാലിയേറ്റീവ് കെയർ യൂണിറ്റിന് തുടക്കം മുതലേ ഒരു ഹെൽപ്പ് ഡസ്ക് പ്രവർത്തിച്ചു വരുന്നുണ്ട്. വിദ്യാർത്ഥികളുടെ ജീവിതത്തിൽ അധ്യാപകർ ഏറെ സ്വാധീനം ചെലുത്തപ്പെടും, അവർ പരസ്പരം ബഹുമാനിക്കപ്പെടും.

ബ്രാഹ്മണശാപം

ഒരു ഭാഗം ഇടിഞ്ഞുപൊളിഞ്ഞു വീണു ജീർണ്ണാവസ്ഥയിലുള്ള കുപ്പത്തിനടുത്ത കണികുന്നിലെ ഒരു പഴയഇല്ലം. ആഴ്ചയിൽ മൂന്ന് ദിവസം ഡയാലിസിസ് ചെയ്യേണ്ടിവരുന്ന ഗൃഹനാഥൻ. മുന്നോക്കമായി ജനിച്ചതുകൊണ്ടുമാത്രം പിന്നോക്കമായി ജീവിക്കേണ്ടിവരുന്ന ഗതികേട്. ദാരിദ്ര്യത്തിന്റെ കൂടെ രോഗം കൂടിപിടിപ്പെട്ടാലോ? ഏത് പാതിരാത്രിയിലും ഭർത്താവിനെയും കൊണ്ട് ആശുപത്രിയിൽ പോകേണ്ടിവരുമെന്നുള്ളത് കൊണ്ട് തന്നെ യാത്രാബാഗ് റെഡിയാക്കി വെച്ചിരിക്കുന്ന ഭാര്യ. അച്ഛനെയുംകൊണ്ട് അമ്മ ആശുപത്രിയിൽ പോകേണ്ടിവരുമ്പോൾ ഇല്ലം പൂട്ടി കൂട്ടിന് ആരും ഇല്ലാത്തത് കൊണ്ട് അടുത്ത വീട്ടിലേക്ക് പോകാൻ തയ്യാറായിരിക്കുന്ന വിദ്യാർത്ഥികളായ മക്കൾ. മേൽ ജാതിയിൽപ്പെട്ടത് കൊണ്ടുതന്നെ പഠനാനുകൂല്യമോ മറ്റു സഹായങ്ങളോ കിട്ടാത്ത മക്കൾ. റേഷൻ കാർഡ് എ.പി.എൽ. വിഭാഗത്തിൽ പെട്ടത് കൊണ്ട് ചികിത്സാ സഹായവുമില്ല. എന്തിനധികം പാവപ്പെട്ടവർക്ക് ലഭിക്കുന്ന റേഷൻ സാധനങ്ങൾ പോലും നിഷേധിക്കപ്പെട്ടവർ. കുടുംബ റേഷൻ കാർഡ് ബി.പി.എൽ. വിഭാഗത്തിലേക്ക് മാറ്റിക്കിട്ടുന്നതിന് വേണ്ടി ഗൃഹനാഥന്റെ രോഗ വിവരങ്ങളും പ്രയാസങ്ങളും താലൂക്ക് സപ്ലൈ ഓഫീസറുടെ ശ്രദ്ധയിൽപ്പെടുത്തിയതിനെ തുടർന്ന് ഗവൺമെന്റ് ആശുപത്രികളിൽ നിന്നുള്ള ചികിത്സാ ഇളവ് ലഭ്യമാക്കാൻ റേഷൻ കാർഡിൽ സീൽ പതിച്ച് കിട്ടിയത് ആ കുടുംബത്തിന് തെല്ലൊരാശ്വാസമായി എന്ന് വേണം കരുതാൻ. ഇവരുടെ വാസഗൃഹത്തിന്റെ വിസ്തൃതി സർക്കാരിന്റെ നിർദ്ദിഷ്ട അളവിലും അധികമാണെന്ന് പറഞ്ഞാണ് ബി.പി.എൽ ആനുകൂല്യം നിഷേധിക്കപ്പെട്ടത്. കഴിഞ്ഞവർഷം തളിപ്പറമ്പിൽവെച്ച് നടത്തപ്പെട്ട മന്ത്രിതല അദാലത്തിൽ പങ്കെടുപ്പിച്ച് കുടുംബത്തിന്റെ ഇല്ലായ്മയും, കഷ്ടപ്പാടുകളും മന്ത്രിയുടെ ശ്രദ്ധയിൽ പെടുത്താൻ കഴിഞ്ഞു. അതിന് ഫലമുണ്ടായി. റേഷൻ കാർഡ് ബി.പി.എൽ. ആക്കി മാറ്റിക്കിട്ടി ഇത് ആ കുടുംബത്തിന് വലിയ ആശ്വാസമായി.

ഡയാലിസിനെക്കാൾ ചെലവേറുന്ന രോഗിയെ ആശുപത്രിയിൽ എത്തിക്കാനും തിരിച്ചുകൊണ്ടുവരാനുമുള്ള വണ്ടിവാടക, ജീവിതച്ചെലവും കുട്ടികളുടെ പഠനച്ചെലവും കൂടാതെ കോവിഡുംകൂടി ആയതോടെ ജിവിതത്തിന്റെ രണ്ടറ്റം കൂട്ടിമുട്ടിക്കാൻ പെടാപാടുപെടുന്ന കുടുംബം. കഴിഞ്ഞപാലിയേറ്റീവ് ദിനത്തിൽ പാലിയേറ്റീവ് വളണ്ടിയർമാരായ ബാലകൃഷ്ണൻ മാസ്റ്റർ, സുധീരൻ, ദാമോദരൻ, രവി എന്നിവരോടൊപ്പം ഭക്ഷണ കിറ്റും ചികിത്സാ സഹായവുമായി ഇല്ലത്ത് ചെന്നു. നമ്പൂതിരി കൈ കൂപ്പിത്തൊഴുതുകൊണ്ട് പറയുകയാണ് 'ഇതിനൊക്കെ എങ്ങനെയാ ടീച്ചറെ നന്ദി പറയേണ്ടത്?' അവരുടെ കണ്ണ് നനയുന്നതും ഞങ്ങൾ ശ്രദ്ധിക്കാതിരുന്നില്ല. ജന്മിമാരായ പഴയ ഇല്ലങ്ങളിലെ സമ്പന്നതയും ജന്മികുടിയാൻ ബന്ധവും പഴയകാല ജന്മിത്വമൊക്കെ അവസാനിച്ചിരിക്കുന്നു. ധനാഢ്യന്മാരായ ബ്രാഹ്മണരുടെ പ്രൗഢിയും പ്രതാപവും ഇന്നില്ല. മുൻപ്, കുടിയാന്മാരായ കർഷകർ വയലിൽ പണിയെടുത്ത് കിട്ടുന്ന നെല്ല് ജന്മിമാരായ ബ്രാഹ്മണരുടെ ഇല്ലങ്ങളിൽ എത്തിച്ചുകൊടുത്തിരുന്നു. അന്ന് എന്റെ അച്ചാച്ചൻ (അമ്മയുടെ അച്ഛൻ) കൃത്യമായി വാരം അളന്ന് കൊടുക്കുന്നത് ഞാൻ കൗതുകത്തോടെ നോക്കിനിൽക്കുമായിരുന്നു. കാര്യസ്ഥനെയും കൊണ്ടാണ് ജന്മിവരിക. ഓരോ പറ അളന്നെടുക്കുമ്പോഴും എണ്ണം തെറ്റാതിരിക്കാൻ ഒരു പിടി നെല്ല് നുരിയായി വാരിവെക്കും. പത്ത് പറ അളക്കുമ്പോൾ ഒരു പറ കൂടുതലളക്കണം. അതാണ് വാശി. അളവുകാരന് കൊടുക്കുന്ന നെല്ല് മുക്കാൽ. വാരം കൂടാതെ നുരി, വാശി, മുക്കാൽ എന്നിവയും നെല്ല് ഇല്ലത്ത് എത്തിക്കാനുള്ള കടത്തുകൂലിയും കുടിയാൻ വഹിക്കണം. വാരം കൃത്യമായി കൊടുത്തില്ലെങ്കിൽ ബ്രാഹ്മണശാപം ഉണ്ടാകു

മെന്ന് അച്ചാച്ചൻ പറയുന്നത് ഞാൻ കേട്ടിട്ടുണ്ട്. ബ്രാഹ്മണശാപം കുടുംബത്തിന്റെ സർവ്വനാശം വരുത്തുമെന്ന് പഴയകാലത്തെ ജനം വിശ്വസിച്ചിരുന്നു. ജന്മിയുടെ മുന്നിൽ കുടിയാൻ ഓച്ഛാനിച്ച് തൊഴുതുനിൽക്കുമായിരുന്നു. പാലിയേറ്റിവ് കെയർ ദിനത്തിൽ അവിടെ ചെന്ന ഞങ്ങളെ കൈകൂപ്പി തൊഴുതു നിന്ന നമ്പൂതിരിയെ കണ്ടപ്പോൾ എന്റെ കുട്ടിക്കാലത്തേക്ക് ഞാനൊന്നു തിരിഞ്ഞുനോക്കി.

ഡയാലിസിസിന് വിധേയനായ ഈ നമ്പൂതിരി പഴയ ജന്മിത്വത്തിന്റെ പ്രതിനിധിയല്ല. പുരോഗമനേച്ഛുവായ നമ്പൂതിരി സൽസ്വഭാവിയും സാധാരണക്കാരുമായി ഇടപഴകുന്ന ആളുമാണ്. രോഗവും കഷ്ടപ്പാടുകളും ഒന്നിച്ചു വന്നപ്പോൾ നമ്പൂതിരിയും കുടുംബവും തളർന്നുപോയി. കുടുംബത്തിന്റെ കഷ്ടതകൾ കണ്ട് ഞങ്ങൾ പലപ്പോഴും ചെറിയ ചെറിയ സഹായങ്ങളുമായി എത്താറുണ്ട്. ഇതുപോലെ അവശത അനുഭവിക്കുന്ന ഒട്ടേറെ കുടുംബങ്ങൾ നമ്മുടെ ചുറ്റുപാടുമുണ്ട്. മുൻവർഷങ്ങളിലേതുപോലെ 2022 ലെ പാലിയേറ്റീവ് ദിനത്തിൽ തികച്ചും അർഹരായ ആറ് പേർക്ക് കൂടി ചികിത്സാ സഹായവും ഭക്ഷണകിറ്റും എത്തിച്ചുകൊടുത്തു. നേരം ഏറെ വൈകി 7 മണിക്കാണ് ഞങ്ങൾ വീട്ടിൽ തിരിച്ചെത്തിയത്. മാറാരോഗങ്ങൾ മൂലം അവശതയനുഭവിക്കുന്ന ചില കുടുംബങ്ങൾക്ക് കാരുണ്യ പാലിലേയറ്റീവ് യൂണിറ്റ് ചെറിയ ഒരു കൈത്താങ്ങാണ്.

ജീവിതം സ്വർഗ്ഗതുല്യമാക്കാം

കാരുണ്യയുടെ വളണ്ടിയർമാരായ ഗൗരിടീച്ചർ, ലക്ഷ്മി ടീച്ചർ, ഹെൽത്ത് ഡിപ്പാർട്ടുമെന്റിൽ നിന്നും വിരമിച്ച സരോജിനി, നാരായണൻ മാസ്റ്റർ എന്നിവരോടൊപ്പം രാവിലെ കാർത്ത്യായനിയമ്മയുടെ വീട്ടിലേക്ക് പോയി. വഴി അധികം അന്വേഷിക്കേണ്ടി വന്നില്ല. രൂക്ഷഗന്ധവും ശകാരവാക്കുകളുമാണ് ഞങ്ങളെ എതിരേറ്റത്. മകന്റെ ഭാര്യയും അമ്മയും തമ്മിലുള്ള വഴക്ക് സ്ഥിരമാണവിടെ. 'സ്വത്തെല്ലാം മകൾക്കല്ലെ കൊടുത്തത്? ആശുപത്രിയിൽ നിന്ന് മാലയും കമ്മലും കൂടി അവൾക്ക് ഊരി കൊടുത്തില്ലേ? ഇപ്പോൾ നോക്കാൻ ഞാൻ വേണം അല്ലെ?' വീട്ടിലേക്ക് ഞങ്ങൾ കയറിച്ചെല്ലുമ്പോൾ കേട്ട ചില വാക്കുകളാണ്.

ഞങ്ങൾ മുറിക്കകത്ത് കയറി. ഞങ്ങളെ കണ്ടിട്ടും ശകാരം പറച്ചിൽ നിർത്താനുള്ള ലക്ഷണമില്ല. ഞങ്ങൾ സ്വയം പരിചയപ്പെടുത്തി. ശരീരത്തിന്റെ പൃഷ്ഠഭാഗത്ത് പൊട്ടിയൊലിക്കുന്ന വ്രണവുമായി കിടക്കുന്ന അമ്മ. മുറിക്കകത്ത് വല്ലാത്ത ദുർഗന്ധം. 'എത്ര വൃത്തിയാക്കിയിട്ട് എന്താ കാര്യം? മുറിക്കകത്ത് തന്നെ മലമൂത്രവിസർജനം നടത്തും. മലം വാരി ചുമരിലെല്ലാം തേക്കും. എത്ര ഭക്ഷണം കൊടുത്താലും വരുന്നവരോടൊക്കെ ഒന്നും തരുന്നില്ല എന്ന് പറയും. എന്നെപ്പറ്റി പല നുണകളും പറയും...' മകന്റെ ഭാര്യ നിർത്തേണ്ട വട്ടമില്ല. രണ്ടുപേരുടെ പരാതികളും ഞങ്ങൾ ശ്രദ്ധാപൂർവ്വം കേട്ടു.

മറവിരോഗം ബാധിച്ച കാർത്ത്യായനിയമ്മക്ക് പഴയ കാര്യങ്ങളിൽ പലതും ഓർത്തെടുക്കാൻ കഴിയുന്നുവെന്നതാണ് സത്യം. ഇപ്പോൾ ഭക്ഷണം കഴിച്ചത് ഓർമ്മയില്ല. മറവിരോഗം ബാധിതരുടെ ലക്ഷണമാണിത്. ഞങ്ങൾ അവരുടെ വ്രണം വൃത്തിയാക്കി മരുന്ന് വച്ചുകൊടുത്തു. സ്റ്റെറിലൈസ് ചെയ്ത പഞ്ഞിയും മറ്റും ഉപയോഗിച്ച് വ്രണം വൃത്തിയാക്കാൻ മകന്റെ ഭാര്യയെ പഠിപ്പിച്ചു കൊടുത്തു. ലോഷൻ ഉപയോഗിച്ച് കഴുകിത്തുടച്ചു മുറി വൃത്തിയാക്കിച്ചു.

അമ്മയെയും മകന്റെ ഭാര്യയെയും ഒന്നിച്ചിരുത്തി സംസാരിച്ചു. നിങ്ങളുടെ സ്വന്തം അമ്മയ്ക്കാണ് ഈ സ്ഥിതി വന്നതെങ്കിൽ നിങ്ങൾ

നോക്കില്ലേ? അതുപോലെ ഭർത്താവിന്റെ അമ്മയെയും സംരക്ഷിക്കേണ്ടത് നമ്മുടെ കടമയാണ്. ഒരു സ്വത്തും ഇല്ലെങ്കിലും അമ്മയെ സംരക്ഷിക്കേണ്ടത് നമ്മുടെ ബാധ്യതയാണ്. ഒരു പാട് കാര്യങ്ങൾ പറഞ്ഞ് മകന്റെ ഭാര്യയുടെ മനസ്സ് ഒരു പരിധിവരെ പാകപ്പെടുത്തി എടുത്തു. അതുപോലെ മകളെപ്പോലെ തന്നെ ഇവരെയും സ്നേഹിക്കണമെന്ന് കാർത്ത്യായനിയമ്മയേയും ഞങ്ങൾ സാവകാശം പറഞ്ഞ് മനസ്സിലാക്കിച്ചു. അവർക്കത് ബോധ്യമായെന്നു തോന്നുന്നു. പിന്നീടുള്ള ചില ദിവസങ്ങളിൽ അവിടെ ചെന്നപ്പോൾ രണ്ടുപേരുടെയും പെരുമാറ്റത്തിൽ വന്ന ഗുണപരമായ മാറ്റം ശ്രദ്ധേയമായി. കാർത്ത്യായനിയമ്മയുടെ പരിചരണം യാതൊരു പരാതിയുമില്ലാതെ മരുമകൾ ഏറ്റെടുത്തു. പോയ്മറഞ്ഞ സന്തോഷം തിരിച്ചുകിട്ടി.

ശരീരത്തിലുള്ള വ്രണത്തോടൊപ്പം തന്നെ മനസ്സിലുള്ള വ്രണവും

ഓർമ്മക്കുറവും മാറിക്കിട്ടി. സ്നേഹം കൊടുത്താലേ സ്നേഹം തിരിച്ചുകിട്ടുകയുള്ളൂവെന്ന് ആ കുടുംബം പരസ്പരസ്നേഹത്തോടെ ജീവിച്ച് തെളിയിച്ചു. നല്ലൊരു അമ്മയും മകളുമായി അവർ ജീവിച്ചുതുടങ്ങി. കുറെ മാസങ്ങൾ കഴിഞ്ഞ് ഞങ്ങൾ ഹോം കെയറിന് പോയപ്പോൾ ഞങ്ങളുടെ കൈപിടിച്ചുകൊണ്ട് ആ അമ്മ പറയുകയാണ്. 'ഇന്ന് ഈ വീട് സ്വർഗ്ഗമാണ് മക്കളെ. സ്വർഗ്ഗം' വീട്ടിലാകമാനം സുഗന്ധം പരക്കുന്നതായി ഞങ്ങൾക്ക് അനുഭവപ്പെട്ടു.

വിഷുക്കൈനീട്ടം

നാല് പതിറ്റാണ്ടുകൾക്ക് മുമ്പ് അന്ന് ഇന്നത്തെപ്പോലെ മത്സ്യം വണ്ടിയിലൊ സൈക്കിളിലൊ ഒന്നുമല്ല വില്പന നടത്തിയിരുന്നത്. കടപ്പുറത്ത് നിന്ന് വാങ്ങിക്കൊണ്ടു വരുന്ന മത്സ്യം കൂട്ടയിൽ തലയിൽ വെച്ച് കൊണ്ടു നടന്നാണ് വിറ്റിരുന്നത്. ബസ്സ് സ്റ്റോപ്പിൽ എത്തിയാൽ ഇടയ്ക്കിടെ കൂ...... കൂ..... എന്ന് നീട്ടി ഉച്ചത്തിൽ കൂക്കും. ഇലയിൽ പൊതിഞ്ഞു തരുന്ന, ഐസോ, മോർഫിനോ മറ്റ് വിഷവസ്തുക്കളൊന്നും ഇട്ട് മരവിപ്പിക്കാത്ത കേടില്ലാത്ത നല്ല മത്സ്യം. പ്ലാസ്റ്റിക് മാലിന്യമൊന്നും ഇല്ലാതിരുന്ന ആ കാലത്ത് മനുഷ്യന്റെ മനസ്സിലും മാലിന്യം കുറവായിരുന്നു. ജാതിയുടേയും മതത്തിന്റേയും പേരിൽ തമ്മിലടിയും ഇല്ലായിരുന്നു. പൈസയുള്ളവർ പൈസ കൊടുത്തും അല്ലാത്തവർ തങ്ങളുടെ വീടുകളിൽ സുലഭമായിട്ടുള്ള നെല്ല്, അരി, തേങ്ങ, ചക്ക എന്നീ സാധനങ്ങൾ കൊടുത്തും മീൻ വാങ്ങും. കള്ളവും ചതിയും നന്നേ കുറവായിരുന്നു. പുതിയങ്ങാടി കടപ്പുറത്തു പോയി വാങ്ങിക്കൊണ്ട് വരുന്ന മത്സ്യം വീടുകൾ തോറും നടന്ന് വില്പന നടത്തുന്ന ഉമ്മർക്കാക്ക് മക്കളില്ല. രോഗിയായ ഭാര്യ. അതുകൊണ്ട് തന്നെ ആളുകൾ അറിഞ്ഞ് വല്ലതും കൊടുക്കും. എല്ലാവരോടും വലിയ സ്നേഹമാണ്. പ്രത്യേകിച്ച് കുട്ടികളോട്. മീൻ വാങ്ങുമ്പോൾ ഇതെന്റെ മോന് അല്ലെങ്കിൽ മോൾക്ക് എന്ന് പറഞ്ഞ് എണ്ണത്തിലധികം ഒന്നോ രണ്ടോ മീൻ കൊടുക്കും.

എല്ലാ കൊല്ലവും വിഷുദിവസം ഉമ്മർക്ക രാവിലെ വീട്ടിലേക്ക് വരും. ഓരോ രൂപ നാണയം മക്കൾക്ക് കൈനീട്ടമായി കൊടുക്കും. ആ വിഷുക്കൈനീട്ടം ഞങ്ങൾക്ക് വളരെ പ്രിയപ്പെട്ടതായിരുന്നു. കാശിന്റെ വലിപ്പമല്ല. ഊഷ്മളമായ സ്നേഹത്തിന്റെ പ്രതീകമായാണ് ഞങ്ങൾ അതിനെ നോക്കിക്കണ്ടത്. കുട്ടികൾ കൈനീട്ടം വാങ്ങി വളരെ ഭദ്രമായി സൂക്ഷിച്ചുവെക്കും. വിഷുദിവസം ഉണ്ടാക്കിയ പലഹാരങ്ങൾ പ്രത്യേകിച്ച് ഉണ്ണിയപ്പം ഉമ്മർക്കാക്ക് വളരെ പ്രിയമാണ്. എല്ലാ വിഷുദിവസങ്ങളിലും ഞാൻ ഉണ്ണിയപ്പം വാഴയിലയിൽ പൊതിഞ്ഞ് അവരുടെ

വീട്ടിലേക്ക് കൊടുത്തുവിടും. ഈ പതിവ് തുടർന്നു. അങ്ങനെയിരിക്കെ ഉമ്മർക്കായെ ഒരു ദിവസം ഒരു വണ്ടി തെറിപ്പിച്ചു വീഴ്ത്തി. ശസ്ത്രക്രിയയെത്തുടർന്ന് ഒരു കാലിന് ചെറിയ സ്വാധീനക്കുറവുണ്ടായി. മീൻ കച്ചവടം ഭാഗികമായി നിന്നു. ആരെങ്കിലും കൊടുക്കുന്ന മത്സ്യം ഒരു സ്ഥലത്ത് ഇരുന്നു വിൽക്കും. അതിനിടെ രണ്ടാമതും അപകടം പറ്റി. ഭാഗ്യം കൊണ്ടാണ് രക്ഷപ്പെട്ടത്. രണ്ടാമത്തെ ശസ്ത്രക്രിയയെ തുടർന്ന് അകലെയുള്ള ഒരു ബന്ധുവീട്ടിലേക്ക് താമസം മാറ്റി. പരസഹായമില്ലാതെ ഒന്നും ചെയ്യാൻ പറ്റാതായി. ഭർത്താവും(മാഷും) ഇളയമകൾ ശുഭയും ഞാനും കൂടി ഉമ്മർക്കയെ കാണാൻ പോയി. ഞങ്ങളെ കണ്ട ഉടനെ ഉമ്മർക്ക മാഷിന്റെ കൈപിടിച്ച് കരയാൻ തുടങ്ങി. എന്നാലും ഇത്രയും ദൂരം യാത്ര ചെയ്ത് എന്നെ കാണാൻ വന്നല്ലോ.

അപകടം പറ്റിയ അക്കൊല്ലം മുതൽ ഞാൻ ഉണ്ണിയപ്പവുമായി ഉമ്മർക്കയെ അവരുടെ വീട്ടിൽ ചെന്ന് കാണും. ഉമ്മർക്കയുടെ സന്തോഷം അളവറ്റതായിരുന്നു. കിടക്കുന്നിടത്ത് നിന്ന് ഒരു രൂപ നാണയം എന്റെ കൈയിൽ തന്നിട്ടു പറഞ്ഞു. 'ഇതെന്റെ കുഞ്ഞു

മോൾക്കുള്ള (എന്റെ മകൾ ശുഭ) വിഷുക്കൈനീട്ടമാണ്.'

ഉമ്മർക്കയെ കാണാൻ പോയപ്പോൾ അവൾ കൊടുത്ത സഹായധനമൊന്നും ആ സ്നേഹത്തിന് പകരമാവില്ല. എല്ലാ നോമ്പ് കാലത്തും ആദ്യത്തേയും അവസാനത്തേയും വെള്ളിയാഴ്ചകളിൽ പത്തിരിയുമായി വീട്ടിലേക്ക് വരുന്ന ഉമ്മർക്ക ഓർമ്മയായിട്ട് വർഷങ്ങൾ കഴിഞ്ഞു. മറ്റ് കുടുംബങ്ങൾക്ക് ഓണക്കിറ്റും, ചികിത്സാസഹായവും നൽകുന്നതിനോടൊപ്പം തന്നെ ആരോരുമില്ലാത്ത ഉമ്മർക്കയുടെ ഭാര്യക്കും നൽകി വരുന്നു. ഇന്ന് ഇതുപോലുള്ള ഉമ്മർക്കമാരെ കാണാൻ പ്രയാസമാണ്. ജാതിയൊ മതമൊ സ്നേഹത്തിന് ഒരു പ്രതിബന്ധമല്ല.

കെട്ടുതാലി വിൽക്കേണ്ടിവന്ന അമ്മ

മകന്റെ ജീവൻ നിലനിർത്താൻ വേണ്ടി കെട്ടുതാലിയും വിൽക്കേണ്ടിവന്നിട്ടുള്ള ഒരമ്മയുടെ കഥ. കേവലം ഇരുപത്തിയഞ്ച് വയസ്സ് മാത്രം പ്രായമുള്ള വൃക്കരോഗിയായ മകൻ അരുൺ. സൗജന്യ ഡയാലിസിസിനുള്ള സൗകര്യം മനസ്സിലാക്കാതെ ആഴ്ചയിൽ മൂന്ന് ദിവസവും മംഗലാപുരത്തേക്ക് ഡയാലിസിസിനായി മകനെയും കൊണ്ടുപോകുന്ന അമ്മ. ഈ വിവരം കിട്ടിയ ഉടനെ ഞങ്ങൾ വളണ്ടിയർമാർ അവിടെ ചെന്ന് സൗജന്യ ഡയാലിസിസിനുള്ള ഏർപ്പാടുകൾ ചെയ്തു കൊടുത്തു. അപ്പോഴെക്കും വീട്ടുപറമ്പിലുള്ള മരങ്ങളും വിൽക്കാൻ പറ്റാവുന്ന മറ്റ് സാധനങ്ങളുമെല്ലാം ചികിത്സക്കായി വിറ്റു കഴിഞ്ഞിരുന്നു.
വിധവയായ ആ അമ്മയ്ക്ക് മകന്റെ ചികിത്സ കൂടാതെ ഭർത്താവിനാൽ ഉപേക്ഷിക്കപ്പെട്ട മകളെയും അവരുടെ രണ്ട് കുട്ടികളെയും സംരക്ഷിക്കേണ്ടതായും ഉണ്ട്. മകനേയും കൊണ്ട് ഡയാലിസിസിന് പോകാത്ത ദിവസങ്ങളിൽ മൊത്ത മത്സ്യ വില്പനക്കാരിൽ നിന്നും കുറച്ച് മത്സ്യം വാങ്ങി അടുത്തുള്ള വീടുകളിലും ഹോട്ടലുകളിലും വിറ്റ് കിട്ടുന്ന കാശ് കൊണ്ടാണ് ഉപജീവനം കഴിച്ചുപോന്നത്.

ആതുരമിത്രം ചികിത്സാ പദ്ധതിയിൽ നിന്നും വളരെവേഗത്തിൽ പത്തായിരം രൂപ പാസായികിട്ടി. കാരുണ്യപാലിയേറ്റീവ് കെയർ യൂണിറ്റ് ഇടയ്ക്കിടെ എത്തിച്ചുകൊടുക്കുന്ന ഭക്ഷണകിറ്റും, ചികിത്സാസഹായവും വസ്ത്രങ്ങളും ആ കുടുംബത്തിന് തെല്ലൊരാശ്വാസമായി. മുഖ്യമന്ത്രിയുടെ ചികിത്സാസഹായം, സമാശ്വാസപദ്ധതി ഇതിനൊക്കെ അപേക്ഷ കൊടുത്ത് കാത്തിരിക്കുകയാണ്.

വൃക്ക രോഗികളുടെ എണ്ണം അനുദിനം വർദ്ധിച്ചുകൊണ്ടിരിക്കുന്ന ഈ സാഹചര്യത്തിൽ ഡയാലിസിസ് കേന്ദ്രങ്ങളുടെ എണ്ണം തുലോം പരിമിതമാണ്. സ്വകാര്യ സ്ഥാപനങ്ങളിൽ വൻതുകയാണ് ഡയാലിസീസിന് ഈടാക്കുന്നത്. ഡയാലീസിസ് ചെയ്യുന്ന ഒരു രോഗിക്ക് നാല്പതിനായിരം രൂപയെങ്കിലും മാസത്തിൽ വേണം. യാത്രാ ചെലവ് അതിലുംകൂടും. ഞങ്ങളുടെ സാന്ത്വന പരിചരണത്തിൽ കഴിയുന്ന ഏഴ്

പേർക്ക് യാതൊരുവിധ സഹായാവും ഇതുവരെ ലഭിച്ചിട്ടില്ല. മിക്ക രോഗികളുടെയും റേഷൻ കാർഡ് എ.പി.എൽ വിഭാഗത്തിൽ പെട്ടതാണ്. ചിലരുടെ വീടിന്റെ വിസ്തൃതി, ഗൃഹനാഥൻ ഗൾഫിലെ ജോലിക്കാരനായിരുന്നു എന്നീ മാനദണ്ഡങ്ങൾ വെച്ചാണ് എ.പി.എൽ ആയത്. അതുകൊണ്ടുതന്നെ റേഷൻ ഭക്ഷണസാധനങ്ങൾ പോലും ലഭിക്കുന്നില്ല. കഴിഞ്ഞ വർഷം തളിപ്പറമ്പിൽ വെച്ച് നടത്തപ്പെട്ട അദാലത്തിൽ 2 പേർക്ക് എ.പി.എൽ. കാർഡ് ബി.പി.എൽ ആക്കി കിട്ടി. കാൻസർ രോഗികൾക്കാണെങ്കിൽ മാസത്തിൽ പെൻഷനെങ്കിലും കിട്ടുന്നുണ്ട്. ഓരോ വർഷവും അപേക്ഷ പുതുക്കി നൽകണമെന്നു മാത്രം.

ഏഴോത്തെ അന്തരിച്ച കുഞ്ഞിരാമൻ എന്ന വൃക്ക രോഗി ഒരിക്കൽ

ഞങ്ങൾ ചികിത്സാ സഹായമായി കൊടുത്ത കവറിൽ നിന്ന് 1000 രൂപ എടുത്ത് തന്നിട്ട് പറഞ്ഞു. 'ടീച്ചറെ എന്നെക്കാളും ബുദ്ധിമുട്ടനുഭവിക്കുന്ന ഒരുപാട് വൃക്കരോഗികൾ ഈ സമൂഹത്തിലുണ്ട്. ആർക്കെങ്കിലും ഒരാൾക്ക് കിറ്റ് നൽകാൻ ഇത് ഉപകരിക്കട്ടെ.' രോഗികളുടെ കൂടെ ഡയാലിസിസിന് പോയപ്പോൾ കാശില്ലാതെ നട്ടംതിരിയുന്ന പല രോഗികളെയും കാണാൻ കഴിഞ്ഞിട്ടുണ്ട്. ഭർത്താവിന്റെ ഡയാലിസിസിനായി പോകുമ്പോൾ നെയ്യപ്പം ഉണ്ടാക്കി പാക്കറ്റുകളിലാക്കി അവിടെ രോഗികൾക്കൊപ്പം കൂട്ടിന് വരുന്നവർക്കും മറ്റും വിറ്റ് അന്നന്നത്തെ അന്നത്തിനുള്ള വക കണ്ടെത്തുന്ന ഒരു സഹോദരിയെ എനിക്ക് നേരിട്ട് അറി

യാം.

നരകയാതന അനുഭവിക്കുന്ന രോഗികൾക്ക് ഒട്ടുമിക്ക ഓഫീസിൽ ചെന്നാലും വേണ്ടത്ര പരിഗണനയൊ സ്നേഹമൊ ലഭിക്കുന്നില്ല. രോഗികളുടെ ദൈന്യത മനസ്സിലാക്കി അവരുടെ കാര്യങ്ങൾ കാലവിളംബം കൂടാതെ ചെയ്തുകൊടുക്കാൻ ചില ഓഫീസർമാർ വിമുഖത കാട്ടുന്നത് അനുഭവമുള്ള കാര്യമാണ്. ഇത് ഔദാര്യമല്ല കടമയാണെന്ന കാര്യം പലരും മറന്നുപോകുന്നു. മിക്കരോഗികളും അവരുടെയൊന്നും ഔദാര്യത്തിന് കാത്ത് നിൽക്കാതെ ഈ ലോകത്തോട് യാത്ര പറഞ്ഞിട്ടുമുണ്ട്. എല്ലാവരും ഒരുപോലെയെന്നല്ല ഇതിനർത്ഥം. സഹാനുഭൂതിയും കരുണയും കാണിക്കുന്ന ഒട്ടേറെ സർക്കാർ ജീവനക്കാരുമുണ്ടെന്നത് മറക്കുന്നില്ല.

നമ്മുടെ സംസ്ഥാനത്ത് രണ്ട് ലക്ഷത്തിലധികം വൃക്കരോഗികളുണ്ട്. അറുപത് ശതമാനം രോഗികളും ആഴ്ചയിൽ മൂന്ന് തവണ ഡയാലിസിസ് ചെയ്യുന്നവരാണ്. നൂറ്കണക്കിന് ആളുകൾ സർക്കാർ ആശുപത്രികളിൽ അനുയോജ്യമായ വൃക്കലഭിക്കുന്നതിന് വേണ്ടി രജിസ്റ്റർ ചെയ്ത് കാത്തിരിക്കുന്നുണ്ട്.

വേണ്ടത്ര വെള്ളമോ ഭക്ഷണമോ കഴിക്കാൻ കഴിയാതെ മരണം മുന്നിൽകണ്ട് കഴിയുന്ന സഹോദരങ്ങളുടെ പ്രയാസങ്ങൾ ആരറിയുന്നു. ചികിത്സയുടെ ഭാരവും വഴിമുട്ടുന്ന ദൈനംദിന ജീവിതവും കൂടി ആവുമ്പോൾ വീടിന്റെ അകം നിറയെ സങ്കടമാണ് ബാക്കിയാവുന്നത്. വൃക്കരോഗം പോലെ ആജീവനാന്തം വലിയ തുക ചെലവാക്കേണ്ടി വരുമ്പോൾ മാനസിക പിരിമുറക്കവും കടബാധ്യതയും കൂടുന്നു. ഗുണമേന്മയുള്ള ഡയാലിസിസ് കേന്ദ്രങ്ങൾ കൂടുതൽ വേണം. ഡയലാലിസിസിനുള്ള പിഴവ് അണുബാധ മുതൽ ഹൃദയസ്തംഭനത്തിന് വരെ കാരണമാകുന്നതായി കണ്ടുവരുന്നുണ്ട്.

സഞ്ചരിക്കുന്ന ഡയാലിസിസ് യൂണിറ്റ്, വരുമാന പരിധിനോക്കാതെയുള്ള സൗജന്യ ഡയാലിസിസ് യൂണിറ്റ് ഇതൊക്കെ ഏതെങ്കിലും കാലത്ത് നടപ്പിലാവുമോ? നടപ്പിലായാൽ മാത്രമേ വൃക്കരോഗിയായ അരുണിനെപ്പേലെയുള്ള നിർധനരായ ചെറുപ്പക്കാർക്കും കെട്ടുതാലി വിൽക്കേണ്ടി വന്ന അമ്മയ്ക്കും ഇനിയെന്ത് എന്ന ചോദ്യത്തിനും ആശ്വാസത്തിനും വകയുള്ളൂ

സഹായഹസ്തവുമായി ഓട്ടോക്കാരൻ

എല്ലാവർഷവും കാരുണ്യ കൊട്ടില പാലിയേറ്റീവ് കെയർ യൂനിറ്റ് ജനുവരി 15 പാലിയേറ്റീവ് കെയർ ദിനമായി ആചരിച്ച് വരുന്നുണ്ട്. അതിന്റെ ഭാഗമായി കാമ്പയിൻ പ്രവർത്തനം, ലഘുലേഖ വിതരണം, സൗജന്യമായി രക്തത്തിലെ പഞ്ചസാര, ബ്ലഡ്പ്രഷർ എന്നീ പരിശോധനകൾ വിവിധകേന്ദ്രങ്ങളിൽ വച്ച് നടത്തപ്പെടാറുണ്ട്. പഴയങ്ങാടി, പിലാത്തറ ബസ്സ് സ്റ്റാൻഡുകൾ കേന്ദ്രീകരിച്ചായിരുന്നു കഴിഞ്ഞ വർഷംവരെ നടത്തിവന്നത്. പരിയാരം മെഡിക്കൽ കോളേജിലെ നേഴ്സിംഗ് വിദ്യാർത്ഥികളുടെ സേവനം പ്രയോജനപ്പെടുത്താറുണ്ട്. എം.ബി.ബി.എസ്. പഠിക്കുന്ന മെഡിക്കൽ വിദ്യാർത്ഥികളുടെയും സേവനം പലപ്പോഴായി ഉപയോഗപ്പെടുത്തി വരുന്നു. പാലിയേറ്റീവ് പ്രവർത്തനത്തിന്റെ പ്രാധാന്യം വിളിച്ചോതിക്കൊണ്ടുള്ള സിഡിയും പ്ലേ ചെയ്യാറുണ്ട്.

2017 ജനുവരി 15 ന് പാലിയേറ്റീവ് ദിന കാമ്പയിൻ നടന്നു കൊണ്ടിരിക്കുമ്പോൾ നെരുവമ്പ്രത്തുള്ള പാറയിൽ രാജൻ എന്ന ഓട്ടോറിക്ഷക്കാരൻ ഞങ്ങളുടെ പവലിയലിനേക്ക് വന്ന് സ്വയം പരിചയപ്പെടുത്തി. രോഗികൾക്കുള്ള എയർ ബെഡ്ഡുമായാണ് അദ്ദേഹം വന്നത്. പിറ്റെ ദിവസം രാജൻ കൈയിലൊരു കവറുമായി വീട്ടിൽ വന്നു. ഓട്ടോറിക്ഷ പുറത്ത് നിർത്തിയിട്ടുണ്ട്. 'ഇത് എനിക്ക് ഒരുദിവസം ഓട്ടോ ഓടിച്ച് കിട്ടിയ കാശാണ്. ഇത് നിങ്ങളുടെ പാലിയേറ്റീവ് പ്രവർത്തനങ്ങൾക്ക് ഉപകരിക്കട്ടെ.' സന്തോഷത്തോടെ ആ കവർ വാങ്ങി രാജനെ അനുമോദിച്ചു. ഒരു ദിവസത്തെ വേതനം പാലിയേറ്റീവ് പ്രവർത്തനങ്ങൾക്ക് തരാൻ തോന്നിയ ആ നല്ല മനസ്സിന്റെ ഉടമയെ നമിച്ചു. പുറത്ത് നിന്ന് കവർ വാങ്ങുമ്പോൾ അയൽവാസിയായ കൃഷ്ണപ്രഭ മാസ്റ്ററുടെ മകൾ കാർത്തിക കെ.പ്രഭ സ്കൂളിലേക്ക് പോവുകയായിരുന്നു. ഫോൺ കൊടുത്തിട്ട് ഒരു ഫോട്ടോ എടുക്കാൻ പറഞ്ഞു. അങ്ങനെ സ്നേഹമുള്ള പാറയിൽ രാജൻ ഞങ്ങളുടെ കാരുണ്യ പാലിയേറ്റീവിന്റെ ആൽബത്തിൽ സ്ഥാനം പിടിച്ചു.

ഏഴ് വയസ്സുള്ള വിദ്യാർത്ഥി തന്റെ ബോക്സിൽ (കുടുക്ക) ഇട്ടുവെച്ച സമ്പാദ്യം രോഗിക്ക് ചികിത്സക്കായി എത്തിച്ചുകൊടുത്തതും ആ

കുട്ടിയുടെ മനസ്സിന്റെ നന്മയല്ലാതെ മറ്റെന്താണ്? എല്ലാ കൊല്ലവും ജൂൺ 30 ന് തന്റെ പിറന്നാൾ ദിനത്തിൽ ആഘോഷങ്ങളെല്ലാം മാറ്റിവെച്ച്, പാലിയേറ്റീവ് രോഗികൾക്ക് ഭക്ഷണകിറ്റ് കൊടുക്കാനായി ബാംഗ്ലൂരിൽ താമസിച്ചു വരുന്ന വിദ്യാർത്ഥിയായ മായാ ദിനേഷ് അമ്മയോട് പറഞ്ഞ് എല്ലാ വർഷവും 10,000 രൂപ വീതം അയച്ചു തരാറുണ്ട്. കഴിഞ്ഞ രണ്ടുവർഷങ്ങളിലായി 20,000 (ഇരുപതിനായിരം രൂപ) വീതം അയച്ചുതരികയുണ്ടായി. എന്റെ പേരക്കുട്ടിയായ മായാദിനേഷും കൊട്ടില കാരണ്യ പാലിയേറ്റീവിൽ പങ്കാളിയാവുന്നു. കുഞ്ഞുമനസ്സിന്റെ ഈ മാതൃക ഏറെ അനുകരണീയവും ശ്ലാഘനീയവുമാണെന്ന് പറയേണ്ടതില്ലല്ലോ.

കൊട്ടില ഹൈസ്കൂളിലെ പ്രൈമറി വിഭാഗത്തിലുള്ള കുട്ടികൾ അവർ മിഠായി വാങ്ങി അലിയിച്ചു കളയുന്ന പൈസ ക്ലാസ് മുറികളിൽ വെച്ചിട്ടുള്ള പെട്ടികളിൽ നിക്ഷേപിച്ച് കിട്ടുന്ന തുക പാവപ്പെട്ട രോഗികളെ സഹായിക്കുന്നതിന് ഹെഡ്മാസ്റ്ററുടെ നിർദ്ദേശമനുസരിച്ച് ഞങ്ങളെ ഏൽപ്പിക്കാറുണ്ട്. സ്വന്തം അച്ഛനമ്മമാരുടെ ഓർമ്മയ്ക്കായി ചരമവാർഷിക ദിനത്തിലും മറ്റും ഇത്തരം പുണ്യപ്രവർത്തനങ്ങൾ ചെയ്യുന്നവരും ഉണ്ട്. നന്മ നിറഞ്ഞ മനസ്സുള്ളവർക്ക് മാത്രമേ ഇത്തരം കാര്യങ്ങൾ ചെയ്യാൻ സാധിക്കൂ. അവശത അനുഭവിക്കുന്നവരെ സഹായിക്കാൻ കഴിയുക എന്നത് ജീവിതത്തിന് എത്രയോ അർത്ഥം നൽകുന്നു. പരസഹായം കാത്തിരിക്കുന്നവർക്ക് കൈത്താങ്ങായി അത് മാറും. നമ്മൾ നൽകുന്ന തുക എത്ര ചെറുതായാലും അത് ഏറെ വലുതാണ്.

മാറാരോഗങ്ങൾ മൂലം മാനസികമായും സാമ്പത്തികമായും ശാരീരികമായും തളർന്നുപോയ കുടുംബത്തിന്റെയും രോഗിയുടെയും അവസ്ഥയെക്കുറിച്ച് നാം ആലോചിക്കാറുണ്ടോ? ഇനിയൊന്നും ചെയ്യാനില്ലെന്ന് രോഗിതന്നെ മനസ്സിലാക്കുന്നു. സ്വന്തം നിഴൽപോലും കൂട്ടിനില്ലാതെ മരണവും കാത്ത് കിടക്കുന്ന രോഗി. മരണാനന്തര ചിന്തകൾ അവരുടെ മനസ്സിനെ വല്ലാതെ അലട്ടിക്കൊണ്ടിരിക്കുന്നു. നിരാശയിലാണ്ടുപോയ കുടുംബം. ഇത്തരം ഘട്ടങ്ങളിലാണ് പാലിയേറ്റീവ് കെയറിന്റെ പ്രസക്തി. പാലിയേറ്റീവ് കെയർ എന്നത് രോഗചികിത്സയല്ല. രോഗിക്കാവശ്യമായ സാന്ത്വനവും പരിചരണവും നൽകലാണ്. സാമൂഹിക പങ്കാളിത്തത്തോടെ അത് നടപ്പാക്കുകയും ചെയ്യേണ്ടത് ഈ രംഗത്ത് പ്രവർത്തിക്കുന്നവരുടെ കടമയാണ്. തോറ്റ് നിൽക്കുന്ന സമയത്ത് ചേർത്ത് പിടിക്കുക. അത്ഭുതങ്ങൾ സംഭവിക്കാം.

കാരുണ്യത്തിന്റെ വറ്റാത്ത ഉറവിടത്തിൽ നിന്നും ഇത്തിരിയെങ്കിലും നൽകി നമുക്ക് അവരുടെ വേദനയിൽ പങ്കുചേരാം.

മതമല്ല മനുഷ്യത്വമാണ് പ്രധാനം

പാത്തുവും നബീസയും സഹോദരിമാരാണ്. ചെറുപ്പത്തിലെ വിധവയായ നബീസക്ക് നാല് മക്കൾ. പാത്തു അവിവാഹിത. രണ്ടുപേരും കൂടി നാല് മക്കളുടെയും വിവാഹം കഴിപ്പിച്ചു. സഹോദരിമാർ വളരെ ഐക്യത്തോടെ ഒരു വീട്ടിലാണ് കഴിഞ്ഞിരുന്നത്. ഇടിഞ്ഞുപൊളിഞ്ഞു വീഴാറായ വീട്. പലപ്രാവശ്യം അപേക്ഷകൾ കൊടുത്തു. ഒടുവിൽ പഞ്ചായത്തിൽ നിന്ന് ലഭിച്ച സാമ്പത്തിക സഹായം കൊണ്ട് വീട് പുതുക്കി പണിതു. കുറേക്കാലം വൈദ്യുതി കണക്ഷനുവേണ്ടിയും നട്ടം തിരിയേണ്ടിവന്നു. വീടും സൗകര്യങ്ങളുമൊക്കെയായി വരുമ്പോഴേക്കും നബീസ കിടപ്പിലായി. അനുജത്തി കൂലിപ്പണിക്ക് പോകുന്നത് നിലച്ചു. ശയ്യാവലംബിയായ നബീസയുടെ ശരീരത്തിൽ അവിടവിടെയായി തൊലിക്ക് ചുവപ്പുനിറം വരാൻ തുടങ്ങി. ശയ്യാവ്രണത്തിന്റെ ലക്ഷണമാണെന്ന് മനസ്സിലാക്കി. ഞങ്ങൾ വളണ്ടിയർമാർ അവരുടെ വീട്ടിൽ ചെന്ന് കിണറ്റിൽ നിന്ന് വെള്ളംകോരി വാട്ടർബെഡ്സ് നിറച്ച് ഇത്താത്തയെ എടുത്ത് കിടത്തി. ബീറ്റാഡിൻ ഗുളിക വീട്ടിൽ നിന്ന് മിക്സിയിൽ പൊടിച്ച് ഒരുപാത്രത്തിലിട്ട് കൊണ്ടുപോയി. വളണ്ടിയർ സരോജിനിയും ഞാനും കൂടി ശരീരമെല്ലാം തുടച്ച് വൃത്തിയാക്കി പൊട്ടിയ ഭാഗത്ത് മരുന്ന് വച്ച് കൊടുക്കാൻ അനുജത്തി പാത്തുവിനെ പ്രാപ്തയാക്കി. രണ്ടുദിവസം കഴിഞ്ഞപ്പോൾ നബീസക്ക് വെള്ളം ഇറക്കാൻ ബുദ്ധിമുട്ടനുഭവപ്പെട്ടു. മലമൂത്ര വിസർജ്ജനം അറിയാതെയായി. പി.എച്ച്.സിയിലെ ഡോക്ടർ നജ്മയെ ചെന്ന് കണ്ടു രോഗവിവരങ്ങൾ അവരുമായി പങ്കുവെച്ചു. ഡോക്ടർ പോകുന്നവഴി ഉച്ചക്ക് അവിടെ ഇറങ്ങാമെന്നും ടീച്ചർ ആ സ്റ്റോപ്പിൽ നിന്നാൽ മതിയെന്നും പറഞ്ഞു. ഡോക്ടർ പറഞ്ഞ സമയത്ത് തന്നെ അവിടെ വരികയും നബീസയെ പരിശോധിക്കുകയും ചെയ്തു. വായ്പ്പുണ്ണ് കാരണമാണ് വെള്ളം ഇറക്കാൻ ബുദ്ധിമുട്ടെന്നും വായ്പുണ്ണിനുള്ള മരുന്നും ശയ്യാവ്രണത്തിനുള്ള ലോഷനും മരുന്നും പി. എച്ച്. സിയിൽ ചെന്ന് വാങ്ങിക്കൊള്ളാൻ കുറിച്ചു തന്നു. 'എന്ത് ആവശ്യമുണ്ടെങ്കിലും വിളിക്കാൻ മടിക്കേണ്ട. ഏത് സമയത്തായാലും

ഞാൻ വരും.' പോകാൻ നേരത്ത് കാശ് കവറിലിട്ട് കൊടുക്കാൻ നോക്കി. അപ്പോൾ ഡോക്ടർ എന്നോട് പറഞ്ഞു. 'നിങ്ങൾ ചെയ്യുന്ന ഈ പ്രവൃത്തികൾക്കെല്ലാം കാശ് ആര് തരും?' നന്മയും കാരുണ്യവും നിറഞ്ഞ ആ നല്ല മനസ്സിന്റെ ഉടമയായ നജ്മ ഡോക്ടറെ പോലെ ഉള്ളവർ നമ്മുടെ സമൂഹത്തിൽ വിരളമാണ്. ഡോക്ടറെക്കുറിച്ച് ഞാൻ ഓർക്കാത്ത ദിവസങ്ങളില്ല. പിന്നെയും പലപ്രാവശ്യം പല രോഗികൾക്കായി ഡോക്ടറുടെ സൗജന്യ സേവനം ഞങ്ങൾക്ക് ലഭിച്ചിരുന്നു. അവർ സ്ഥലം മാറിപ്പോയിട്ട് വർഷങ്ങളേറെയായി.

രോഗി വിസമ്മതിച്ചതു കാരണം കൊണ്ടു കത്തീറ്റർ ഇട്ടില്ല. അതുകൊണ്ട് തന്നെ പാത്തുവിന് എപ്പോഴും തുണികഴുകലും ഉണക്കലും തന്നെ പണി. ഞങ്ങൾ കുറെ ബെഡ് ഷീറ്റുകളും കോട്ടൺ മുണ്ടുകളും കൊണ്ട്കൊടുത്തു. വീടിനടുത്തായതുകൊണ്ട് തന്നെ ഇടയ്ക്കിടെ അവിടെ ചെല്ലുമായിരുന്നു. 'ടീച്ചറെ ഇരിക്ക്..' പാത്തുവിനോട് പറയും. 'ടീച്ചറിന് കുടിക്കാൻ കൊടുക്ക്.' അങ്ങനെ ആഴ്ചകൾ പലത് കഴിഞ്ഞു. അന്ന് ഒരു വെള്ളിയാഴ്ചയായിരുന്നു. അവരുടെ വീടിനടുത്തുള്ള അബ്ദുള്ളക്ക വന്നിട്ട് പറഞ്ഞു 'ടീച്ചറെ നബീസ മയ്യത്തായി.' ഞാൻ ഉടനെ അങ്ങോട്ട് പോയി. അൽപസമയത്തിനുള്ളിൽ കാരുണ്യയുടെ എല്ലാ വളണ്ടിയർമാരും അവിടെയെത്തി. അവിടെ മൊയിലാക്കന്മാർ ഓതിക്കൊണ്ടിരിക്കുകയായിരുന്നു. ഞാൻ നബീസയെ അവസാനമായി ഒരു നോക്ക് കാണാമെന്ന് കരുതി അകത്തേക്ക് പോകാൻ ശ്രമിച്ചപ്പോൾ ആരോ വിലക്കി. മതാചാരപ്രകാരം മയ്യത്തായവരെ അന്യമതത്തിൽപെട്ടവരെ കാണാൻ അനുവദിക്കാറില്ലത്രെ. ഞാൻ അങ്ങോട്ട് മാറിനിന്നു. എന്റെ ഗോവിന്ദൻമാഷും യശോദടീച്ചറുമാണ് ഇത്താത്തയെ നോക്കിയത്. ടീച്ചറെ ഇങ്ങോട്ട് കടത്തിവിടാൻ പറയണം. വരുന്ന കേസ് വരട്ടെ. ഉള്ളിൽ നിന്ന് പാത്തുവിന്റെ അടക്കിപ്പിടിച്ച വർത്തമാനം ഞാൻ ജനലിനടുത്ത് നിന്ന് കേൾക്കുന്നുണ്ട്. ഉള്ളിൽ നിന്ന് ഒരാൾ വന്നു ടീച്ചറെ ഉള്ളിൽ നിന്നും വിളിക്കുന്നുണ്ടെന്ന് പറഞ്ഞു. ആദ്യം ഞാൻ ശങ്കിച്ചു. പിന്നിട് ഉള്ളിൽ ചെന്നു. 'ടീച്ചറെ' എന്ന് സ്നേഹത്തോടെ വിളിക്കാറുണ്ടായിരുന്ന നബീസയുടെ ചേതനയറ്റ ശരീരം അവസാനമായി ഒരു നോക്ക് കണ്ട് മടങ്ങി. ദിവസങ്ങളോളം വയ്യാതെകിടന്ന നബീസയെ സഹായിക്കാനൊ ശുശ്രൂഷിക്കാനൊ തിരിഞ്ഞുനോക്കാതിരുന്ന ബന്ധുക്കളും മൊയിലാക്കന്മാരും മരിച്ചതിന് ശേഷമുള്ള കർമ്മങ്ങൾ ചെയ്യാൻ എത്തിയിരിക്കുന്നു. ജാതി, മതം ഇതെല്ലാം മനുഷ്യൻ ഉണ്ടാക്കിയതല്ലേ. മനുഷ്യത്വം തിരിച്ചു കിട്ടാനാവാത്തവിധം നമ്മുടെ ഉള്ളിൽ നിന്നും

തെറിച്ചു പോവുകയാണ്. പ്രയാസമനുഭവിക്കുന്നവർക്ക് സാന്ത്വനവും സഹായവും നൽകാൻ ജാതിയൊ മതമൊ തടസ്സമാവരുത്. വേദനിക്കുന്ന ഓരോ ഹൃദയത്തിനും അതിർവരമ്പുകളില്ലാതെ താങ്ങും തണലുമാകാൻ നമുക്ക് കഴിയട്ടെ.

മനുഷ്യത്വം കൊണ്ട് ഒരുമിച്ച് നിൽക്കുന്നവരെ മതത്തിന്റെ പേരിൽ വേർതിരിച്ച് കാണുന്നത് മതമൂല്യങ്ങൾക്കെതിരല്ലാതെ മറ്റെന്താണ്? കർത്തവ്യ ബോധവും സാഹോദര്യവും സഹജീവികളോട് കാണിക്കുന്നവർക്ക് സ്വർഗമെന്ന സമ്മാനത്തിന്റെയോ നരകമെന്ന ഭീഷണിയുടെയോ ആവശ്യമില്ല.

"സ്നേഹിക്കയില്ല ഞാൻ നോവുമാത്മാവിനെ
സ്നേഹിച്ചിടാത്തൊരു തത്വശാസ്ത്രത്തെയും"

ഒരു കൈത്താങ്ങ്

പയ്യാമ്പലം ബീച്ചിൽ തണൽ വീട് നടത്തിയ ക്യാമ്പിൽ കാരുണ്യ പാലിയേറ്റീവ് കെയർ യൂനിറ്റിലെ നട്ടെല്ലിന് ക്ഷതം പറ്റി ശരീരം പോലും അനക്കാൻ കഴിയാത്ത രോഗികളെ രണ്ട് ആംബുലൻസുകളിലായി രാവിലെ 8 മണിക്ക് തന്നെ എത്തിച്ചു. വിദഗ്ദ്ധ ഡോക്ടർമാരുടെ ഗ്രൂപ്പ് രോഗികളെ പരിശോധിക്കുകയും സൗജന്യ ചികിത്സ ലഭ്യമാക്കുകയും ചെയ്യുമെന്ന അറിവിന്റെ അടിസ്ഥാനത്തിൽ വീഴ്ചയിൽ നട്ടെല്ലിന് ക്ഷതം പറ്റിയ കോട്ടക്കീലെ ബാബുരാജനേയും കാനായിയിലെ പ്രേമരാജനേയുമായിരുന്നു മെഡിക്കൽ ക്യാമ്പിലെത്തിച്ചത്. പ്രായക്കുറവുള്ള രോഗികൾക്ക് മുൻഗണനന ഉണ്ടായിരുന്നു. തണൽ വീട്ടിലേക്ക് അർഹരായവരെ കണ്ടെത്താനുള്ള ക്യാമ്പാണ് പയ്യാമ്പലത്ത് നടന്നത്. തണൽ വീട്ടിൽ നിന്ന് സൗജന്യ ചികിത്സ കിട്ടി രോഗം ഭേദമായവർ അവരുടെ അനുഭവങ്ങൾ മറ്റുള്ളവരുമായി പങ്ക് വെക്കുകയും ചെയ്തിരുന്നു. നൂറ് കണക്കിന് രോഗികളും അവരുടെ കുടുംബാംഗങ്ങളും അവിടെ സന്നിഹിതരായിരുന്നു. ഒട്ടുമിക്ക രോഗികളുടെയും അടുത്ത് ചെന്ന് ഞങ്ങൾ അവരുടെ പ്രയാസങ്ങൾ മനസ്സിലാക്കാൻ ശ്രമിച്ചു. അവിടെ കണ്ടതിൽ വെച്ച് ഏറ്റവും ദൈന്യതയാർന്ന മുഖവും നോട്ടവുമുള്ള ഒരു ചെറുപ്പക്കാരനെയും അവന്റെ ഭാര്യയെയും കൂടുതൽ ശ്രദ്ധിച്ചു. മരത്തിൽ നിന്ന് വീണ് നട്ടെല്ല് പൊട്ടിയ ആ ചെറുപ്പക്കാരന് ചെറിയ രണ്ട് കുട്ടികളുണ്ട്. എട്ട് വർഷമായി അയാൾ ഒരേ കിടപ്പിലാണ്. അവരുടെ ഫോൺ നമ്പറും അഡ്രസ്സും ഡയറിയിൽ കുറിച്ചിട്ടു.

ക്യാമ്പൊക്കെ കഴിഞ്ഞ് ദിവസങ്ങൾ പലത് കടന്നുപോയി. ഒരു ദിവസം ഡയറി വെറുതെ മറിച്ചു നോക്കുമ്പോൾ ക്യാമ്പിൽ വെച്ച് പരിചയപ്പെട്ട ആ ചെറുപ്പക്കാരന്റെ നമ്പർ ശ്രദ്ധയിൽപെട്ടു. ദൈന്യതയാർന്ന ആ മുഖം മനസ്സിൽ കടന്നുവന്നു. എന്തോ ഒരു കുറ്റബോധം തോന്നി. രോഗം ബാധിച്ച ആ ചെറുപ്പക്കാരൻ മുയ്യം സ്വദേശിയാണെന്ന് ക്യാമ്പിൽ നിന്ന് മനസ്സിലാക്കിയിരുന്നു. ഇത്രയും ദിവസമായിട്ടും ആ ചെറുപ്പക്കാരനെ ഒന്നു വിളിക്കുക പോലും ചെയ്തില്ലല്ലോ. ഞങ്ങളുടെ പാലിയേറ്റീവ് യൂനിറ്റിലെ വളണ്ടിയറായ ടി.വി.ശാന്തയെ അപ്പോൾ തന്നെ

വിളിച്ചുപറഞ്ഞു. 'ഇന്ന് മൂന്ന് മണിക്കുള്ള മുയ്യം ബസ്സിൽ നമുക്ക് ഒരു രോഗിയുടെ വീട്ടിൽ പോകണം. ശാന്തക്ക് ഇന്ന് വരാൻ സമയമുണ്ടോ?' 'ഞാൻ വരാം ടീച്ചറെ. ടീച്ചർ അവിടന്ന് ബസ്സ് കയറിയാൽ മതി.' മുയ്യം സ്കൂളിന്റെ അടുത്താണ് ഇറങ്ങേണ്ടതെന്നും പറഞ്ഞിരുന്നു. പേരും വീട്ടുപേരും ആ ക്യാമ്പിൽ വെച്ച് ആ യുവാവിനോട് ചോദിച്ചറിഞ്ഞിരുന്നു. ബസ്സിൽ കയറി നോക്കിയപ്പോൾ ശാന്തയെ കാണുന്നില്ല. കണ്ടക്ടറോട് പ്രത്യേകം പറഞ്ഞതിനനുസരിച്ച് മുയ്യം സ്കൂൾ സ്റ്റോപ്പിൽ ബസ്സിറങ്ങി. അപരിചിതമായ സ്ഥലം. സ്കൂളിനടുത്ത് കണ്ട റേഷൻ കടയിലേക്ക് ചെന്നു. റേഷൻ കടക്കാരൻ ഒരു സ്റ്റൂൾ നീക്കിയിട്ട് തന്ന് ഇരിക്കാൻ പറഞ്ഞു. മധുവിന്റെ വീട് അന്വേഷിച്ച് ചോദിച്ച് മനസ്സിലാക്കി. ഇവിടുന്ന് മധുവിന്റെ വീട്ടിലേക്ക് കുറച്ച് ദൂരമുണ്ടെന്നും നടന്നു തന്നെ പോകേണ്ടിവരുമെന്നും പറഞ്ഞു. അവന്റെ വീട്ടിനടുത്തുള്ള രഘു(യഥാർത്ഥ പേരല്ല) കല്യാണം കഴിച്ചത് നിങ്ങളുടെ പാലിയേറ്റീവ് യൂനിറ്റിന് അടുത്തുള്ള രാധയെയാണ്. ആളെ മനസ്സിലായില്ലെങ്കിലും ഞാൻ മനസ്സിലായെന്ന് പറഞ്ഞു. രഘു ഇപ്പം ഇവിടെയുണ്ടായിരുന്നു. ചിലപ്പോൾ ആ ചായക്കടയിൽ കാണും. റേഷൻ കടക്കാരൻ അപ്പോൾ തന്നെ രഘുവിനെ വിളിച്ച് ഞാൻ അവിടെ എത്താനുണ്ടായ കാരണം പറഞ്ഞു. ടീച്ചർക്ക് എന്നെ മനസ്സിലായില്ലേ? എനിക്ക് ടീച്ചറെ അറിയാം രഘുവുമായി സംസാരിച്ചുകൊണ്ടിരിക്കേ അടുത്ത മുയ്യം ബസ്സിൽ ശാന്തയും വന്നു. ഞങ്ങൾ രഘുവിന്റെ കൂടെ മധുവിന്റെ വീട്ടിലേക്ക് പോയി.

ഷീറ്റ് മറച്ചുകെട്ടിയ ഒരു ഷെഡ്ഡ് തലമുട്ടാതിരിക്കാൻ ഞങ്ങൾ കുനിഞ്ഞ് അകത്തേക്ക് കടന്നു. അടുക്കളയും കിടപ്പുമുറിയും പൂജാമു

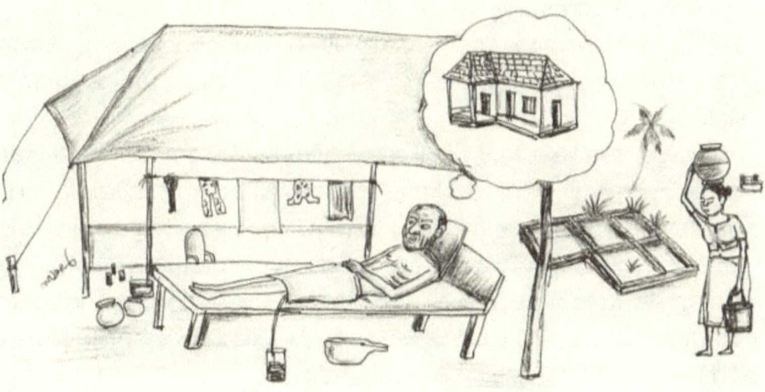

റിയും എല്ലാം ഒന്നുതന്നെ. കയറുന്നിടത്ത് തന്നെ കുറെ പാത്രങ്ങളിൽ വെള്ളം നിറച്ച് വെച്ചിട്ടുണ്ട്. അടുത്ത വീട്ടിൽ നിന്നും വെള്ളം കോരി തലയിൽ വെച്ച് വരികയായിരുന്നു. മധുവിന്റെ ഭാര്യ ഞങ്ങളെ മധു കിട ക്കുന്നിടത്തേക്ക് കൊണ്ടുപോയി. 'ഇതാരാ വന്നിരിക്കുന്നതെന്ന് നോക്ക്യേ, നിങ്ങളെ കാണാൻ രണ്ടുപേർ വന്നിരിക്കുന്നു.' ഭാര്യ പറ ഞ്ഞു. 'എന്നെ കാണാനോ? ഞാനീ കിടപ്പിലായതിൽ പിന്നെ കൂടെ പണി യെടുക്കുന്നവർ പോലും എന്നെ കാണാൻ വന്നിട്ടില്ല.' ചെറുപ്പക്കാരനായ മധുവിന്റെ വേദനയും പരിഭവവും നിറഞ്ഞവാക്കുകളായിരുന്നു അത്. കിടന്ന കിടപ്പിൽനിന്ന് തല അല്പം ഉയർത്തി അവർ പറഞ്ഞു. 'ടീച്ചറ ല്ലേ? ടീച്ചർ എന്നെ മറന്നിട്ടുണ്ടാകുമെന്നാണ് ഞാൻ കരുതിയത്.' അദ്ദേ ഹത്തിന്റെ കണ്ണ് നനയുന്നത് കണ്ടു. സമയം കിട്ടാഞ്ഞിട്ടാണ്. വാക്കു കൾ കിട്ടാതെ പരുങ്ങി. ഒരുപഴയ കസേര നീക്കിയിട്ട് അദ്ദേഹത്തിന്റെ ഭാര്യ ഞങ്ങളോട് ഇരിക്കാൻ പറഞ്ഞു. ആ ചെറുപ്പക്കാരൻ ക്യാമ്പിൽ വെച്ച് കണ്ടതിലും അതീവ ക്ഷീണിതനായി കാണപ്പെട്ടു. ഇതുവരെ ഒരു സഹായവും ആരിൽ നിന്നും കിട്ടിയിട്ടില്ല. ഞങ്ങൾ രണ്ടുപേരും കൂടി ചെറിയൊരു തുക ചികിത്സാ സഹായമായി അപ്പോൾ തന്നെ കൊടു ത്തു. അധികം വൈകാതെ തന്നെ ഭക്ഷണകിറ്റും എത്തിച്ചു കൊടുത്തു. ആതുരമിത്രം ചികിത്സാ സഹായത്തിനുള്ള അപേക്ഷ ഗോവിന്ദൻ മാസ്റ്റർ തന്നെ എഴുതി തയ്യാറാക്കി കണ്ണൂർ ജില്ലാ പോലീസിൽ ഏല്പിച്ചു. കുറ ച്ചുദിവസത്തിനുള്ളിൽ തന്നെ എണ്ണായിരം രൂപ പാസ്സായികിട്ടി. എട്ടു വർഷമായിട്ട് മധു കിടപ്പിലാണെന്ന വിവരം സ്വന്തം നാട്ടുകാർപോലും അറിഞ്ഞിരുന്നില്ല. നമ്മൾ കാരുണ്യ പാലിയേറ്റീവ് വളണ്ടിയർമാരുടെ ഇടപെടൽ മൂലം സുമനസ്സുകളുടെ സഹായം അദ്ദേഹത്തിന് ലഭിക്കാൻ തുടങ്ങി. ദുബായിലുള്ള ഒരു സുഹൃത്തിന്റെയും ഏതാനും സുമനസ്സു കളുടെയും സഹായത്തോടെ വീടിന്റെ പണി പൂർത്തിയാക്കാൻ നമ്മുടെ ഇടപെടൽ നിമിത്തമായതിൽ ഞങ്ങൾക്കേറെ സന്തോഷമുണ്ട്. അതു കൂടാതെ നല്ലൊരു തുക ചികിത്സാ സഹായമായും പലരിൽ നിന്നും കിട്ടി.

പക്ഷേ അധികകാലം ജീവിക്കാൻ വിധി മധുവിനെ അനുവദിച്ചില്ല. രോഗം മൂർഛിച്ചു. മരണത്തിന് കീഴടങ്ങേണ്ടി വന്നു. നിരാലംബരായ മധുവിന്റെ ഭാര്യക്കും കുട്ടികൾക്കുമായി പരസഹായത്തോടെ ഒരു കിട പ്പാടമെങ്കിലും ഒരുക്കിക്കൊടുക്കാൻ ഞങ്ങൾ നിമിത്തമായതിലുള്ള ഞങ്ങളുടെ സന്തോഷവും കൃതാർത്ഥതയും അളവറ്റതാണ്. അവസ രോചിതമായ ചെറിയ ഇടപെടൽ പോലും ചിലപ്പോൾ മറ്റുള്ളവരുടെ ജീവിതം മാറ്റിമറിച്ചേക്കാം.

നിശ്ചയദാർഢ്യം

ഇരുപത്തിമൂന്ന് വയസ്സുള്ള വൃക്കരോഗിയായ മകന്റെ ചികിത്സക്കായി കൂർഗിൽ നിന്നും എത്തിയ ദാമുവിന് സ്വന്തമായി വീടില്ല. റേഷൻകാർഡില്ല. ഗതാഗത സൗകര്യമില്ലാത്ത കുന്നിന്റെ താഴെ ഒരു വാടക വീട്ടിലാണ് ദാമുവിന്റെ കുടുംബം താമസിക്കുന്നത്. ഭാര്യയും വൃക്കരോഗിയായ മകനും രണ്ട് പെൺകുട്ടികളും. ഡയാലിസീസിനായി ആഴ്ചയിൽ മൂന്ന് ദിവസം മകനേയും ചുമലിലേറ്റിക്കൊണ്ട് കുന്നുകയറി റോഡിലേക്ക് വരുന്ന 75 വയസ്സുകാരൻ ദാമു. ഒരു ദിവസം ദാമുവിന്റെ വീടിനടുത്തുള്ള ഒരു യുവാവ് എന്നെ വിളിച്ചു. 'ടീച്ചറെ ഈ പഞ്ചാരക്കുളം ഭാഗത്ത് ഇനി എപ്പോഴാണ് ഹോം കെയറിന് വരുന്നത്?' ഞാൻ കാര്യങ്ങൾ തിരക്കി. കൂലിപ്പണിക്കാരനായ ദാമുവിന്റെ ദയനീയ ചിത്രം ഫോൺവിളിച്ച യുവാവ് പത്മനാഭൻ വരച്ചുകാട്ടി. ദാമുവിന്റെ മകൻ രാജന് രോഗം വന്നതോടെ സഹോദരിമാരുടെ പഠനം നിർത്തുകയും ചെറിയ ചെറിയ ജോലിക്ക് പോയിത്തുടങ്ങുകയും ചെയ്തു. മൂന്നു ദിവസത്തെ ഡയാലിസീസിനും യാത്രാചെലവിനും കൂടി നല്ലൊരു തുക വേണ്ടിവരുന്നു. കിട്ടുന്നിടത്തുനിന്നൊക്കെ കടംവാങ്ങി. 'കടം വാങ്ങിയപണം തിരിച്ചുക്കൊടുക്കാത്തതിനാൽ ആരും ഇപ്പോൾ കടം തരുന്നില്ല. നാളെ ഡയാലിസീസിന് പോകാൻ ഒരു വഴിയും കാണുന്നില്ല ടീച്ചറെ.' ദാമു സങ്കടത്തോടെ പറഞ്ഞു. പിറ്റെ ദിവസം ഡയാലിസീസിന് പോകാനുള്ള കാശും വണ്ടിയും ഞങ്ങൾ കാരുണ്യയുടെ വളണ്ടിയർമാർ ഏർപ്പാടാക്കി. തൊട്ടടുത്ത ദിവസം തന്നെ കാരുണ്യ പാലിയേറ്റീവിന്റേ ഗവേണിംഗ് ബോഡിയോഗം വിളിച്ച് ദാമുവിന്റെ കാര്യം സംസാരിക്കുകയും എല്ലാവരും ചേർന്ന് മോശമല്ലാത്ത ഒരു തുക ചികിത്സാസഹായമായി ദാമുവിന്റെ വീട്ടിൽ എത്തിച്ചുകൊടുക്കുകയും ചെയ്തു. ഭക്ഷണകിറ്റും മുടങ്ങാതെ എത്തിച്ചുകൊടുത്തിരുന്നു. റേഷൻ കാർഡ് ഇല്ലാത്ത ദാമുവിന് കാരുണ്യയുടെ വളണ്ടിയർ ശാന്ത മുൻകൈയെടുത്ത് കാർഡ് ശരിയാക്കി. അന്യസംസ്ഥാനക്കാരനായതുകൊണ്ടുതന്നെ നോട്ടറിയുടെ സാക്ഷ്യപത്രം ആവശ്യമായി വന്നു.

വാർഡ് മെമ്പർ രാഘവൻ, കുടുംബശ്രീ, കലാസമിതി, ക്ലബ്ബ് ഭാരവാഹികൾ, മൂന്ന്നാല് പാലിയേറ്റീവ് വളണ്ടിയർമാർ ഇവരെയൊക്കെ വിളിച്ച് ചേർത്ത് ഒരു യോഗം ദാമുവിന്റെ വീട്ടിൽ ചേർന്നു സഹായ കമ്മറ്റി ഉണ്ടാക്കി. വാർഡ്മെമ്പർ രാഘവൻ കൺവീനറായും ദാമുവും ചേർന്ന ഒരു ജോയിന്റ് അക്കൗണ്ട് തുറന്നു. പത്രവാർത്തയും കൊടുത്തു. പത്രവാർത്ത കണ്ട് ധനസഹായം കുറെയൊക്കെ വന്നു. എഴുപത്തിയഞ്ച് വയസ്സുള്ള അച്ഛന്റെ വൃക്ക മകന് കൊടുക്കാനുള്ള എല്ലാ പരിശോധനകളും കോഴിക്കോട് മെഡിക്കൽ കോളേജിൽ നടന്നു. ഫലം ആശാവഹമായിരുന്നു. പാലിയേറ്റീവ് മെമ്പർമാർ സ്വയം കാശെടുത്തും മറ്റുള്ളവരിൽ നിന്ന് പിരിച്ചുകിട്ടിയ കാശ് ദാമുവിന്റെയും മകന്റെയും ചികിത്സക്ക് ഉപകരിച്ചു. പുതിയങ്ങാടിയിലെ മിനാർ എന്ന സംഘടന 10,000 രൂപ ചികിത്സാ ചെലവിലേക്കായി തന്ന് സഹായിച്ചത് പ്രത്യേകം സ്മരണീയമാണ്. പേര് വെളിപ്പെടുത്താൻ ഇഷ്ടപ്പെടാത്ത രണ്ടാംക്ലാസുകാരി തന്റെ ബോക്സിൽ കരുതിവെച്ച സമ്പാദ്യം ദാമുവിന്റെ മകൻ രാജന് ചികിത്സക്കായി എത്തിച്ചുകൊടുത്തത് ഏറെ ശ്രദ്ധേയമായി. നന്മനിറഞ്ഞ മനസ്സുള്ള ഒട്ടനവധിപേർ ഇതിൽ പങ്കാളികളായി. മുഖ്യമന്ത്രിയുടെ ചികിത്സാസഹായം, ആതുരമിത്രം പദ്ധതിയിൽ നിന്നുള്ള സാമ്പത്തിക സഹായം എന്നിവ ലഭിക്കാനുള്ള അപേക്ഷകൾ മാഷ് ശരിയാക്കി. കൂടാതെ ചിറ്റിലപ്പള്ളി ഫൗണ്ടേഷനിൽ നിന്നുള്ള സാമ്പത്തിക സഹായത്തിനും അപേക്ഷ നൽകി. ഫൗണ്ടേഷൻ ഭാരവാഹികളുമായി ഫോണിൽ ബന്ധപ്പെട്ടു സംസാരിക്കുകയുണ്ടായി. അതിന് ഫലമുണ്ടായി.

ഇന്ന് രാജൻ സുഖമായിട്ടിരിക്കുന്നു. ദാമു കൂലിപ്പണിക്ക് പോകുന്നു. രണ്ട് പെൺമക്കളുടെ കല്യാണവും കഴിഞ്ഞു. പഞ്ചായത്തിന്റെ സഹായത്തോടെ ഒരു വീടും ഉണ്ടാക്കി. ഇക്കൊല്ലവും കൂടി കാരുണ്യയുടെ ഭക്ഷണക്കിറ്റ് ദാമുവിന്റെ വീട്ടിൽ എത്തിച്ചു. ചെറുപ്പക്കാരനായ രാജൻ എന്ന കുട്ടിയുടെ ജീവൻ രക്ഷിക്കാനായി വൃക്കമാറ്റിവെക്കൽ ശസ്ത്രക്രിയക്ക് ഞങ്ങൾ നിമിത്തമായതിൽ അതിയായ ചാരിതാർത്ഥ്യമുണ്ട്.

രാജനെപ്പോലെ വൃക്കമാറ്റിവെക്കപ്പെട്ട രണ്ടുപേരും കാരുണ്യയുടെ പാലിയേറ്റീവ് കെയർ രോഗികളായി വേറെയുമുണ്ട്. ശസ്ത്രക്രിയാസമയത്ത് അവരേയും ചെറിയതോതിൽ ചികിത്സക്കുള്ള സാമ്പത്തിക സഹായം നൽകി സഹായിച്ചിരുന്നു. യോജിച്ച വൃക്ക കിട്ടാനായി റജിസ്റ്റർ ചെയ്ത് കാത്തിരിക്കുന്ന ആയിരക്കണക്കിന് ആളുകൾ നമ്മുടെ നാട്ടിലുണ്ട്. യോജിച്ച വൃക്ക ഭാഗ്യത്തിന് കിട്ടിയാൽ തന്നെ വൃക്കമാറ്റിവെക്കൽ ശസ്ത്രക്രിയ ഏറെ പണച്ചെലവുള്ളതാണ്. സാധാരണ കുടുംബങ്ങൾക്ക് അത് താങ്ങാനുമാവുകയില്ല.

പകർച്ചവ്യാധിപോലെ വലിയ വെല്ലുവിളിയായി മാറിയിരിക്കുകയാണ് പ്രമേഹവും അതുകൊണ്ടുണ്ടാവുന്ന സങ്കീർണ്ണതകളും. പ്രമേഹത്തെ പ്രതിരോധിക്കുന്നതിനും നിയന്ത്രിക്കുന്നതിനും നാം ജാഗ്രത പാലിക്കേണ്ടിയിരിക്കുന്നു. ലോകത്തിൽ പകുതിയിലേറെ പേർക്കും രോഗമുണ്ടെന്ന് അറിയാതെ പോകുന്നത് തന്നെ ഭാവിയിൽ വലിയ പ്രത്യാഘാതങ്ങൾക്ക് കാരണമാകാനിടയുണ്ട്. സമ്പന്ന രോഗം എന്നറിയപ്പെടുന്ന പ്രമേഹം അനാരോഗ്യകരമായ ഭക്ഷണരീതി വ്യായാമകുറവ്, ഉയർന്ന മാനസിക സമ്മർദ്ദം, പുകവലി, മദ്യപാനം, അധികരക്തസമ്മർദ്ദം എന്നിവയെ കൂടാതെ ജനിതക ഘടനകൂടി ചേരുമ്പോൾ രോഗം യാഥാർത്ഥ്യമാകുന്നു. രക്തത്തിലെ പഞ്ചസാരയുടെ അളവ് അനിയന്ത്രിതമായി കൂടുമ്പോഴാണ് വൃക്ക തകരാറിലാവുന്നത്. പ്രമേഹം അനിയന്ത്രിതമാവുമ്പോൾ ഹൃദയം, വൃക്ക എന്നീ അവയവങ്ങളിൽ അനുബന്ധ രോഗങ്ങൾ വരികയും ഡയാലിസീസ് കൂടാതെ ജീവൻ നിലനിർത്താൻ സാധിക്കാതെ വരികയും ചെയ്യുന്നു. നേരത്തെ രോഗം കണ്ടുപിടിച്ച് പരിഹാരം കണ്ടെത്തേണ്ടതാണ്.

എച്ച്. ബി. എ വൺ സി. ടെസ്റ്റ് പ്രമേഹം കണ്ടെത്താൻ മാത്രമല്ല, ഭാവിയിൽ പ്രമേഹ സങ്കീർണതകളുടെ സാധ്യത വിലയിരുത്താനും സഹായിക്കും. പ്രമേഹത്തെ ക്കുറിച്ചുള്ള ബോധവൽക്കരണം അനിവാര്യമായിതീർന്നിരിക്കയാണ്. ജീവിതശൈലീ രോഗങ്ങളെ നിസ്സാരമായി തള്ളിക്കളയരുത്.

ലഹരി വിമുക്തി

'ടീച്ചറെ കുട്ടികളുടെ അച്ഛന്റെ കുടി നിർത്താൻ വല്ലവഴിയുമുണ്ടോ? ഇവരുടെ ഒടുക്കത്തെ കുടികാരണം എനിക്കും മക്കൾക്കും ജീവനൊടുക്കേണ്ടി വരും.' വസന്തയുടെ ദീനരോദനമാണിത്. അമിത മദ്യപാനികൾക്കായി കണ്ണൂർ എ.കെ.ജി. സെന്ററിലും തലശ്ശേരി കാൻസർ സെന്ററിലും ആഴ്ചയിൽ ഒരു ദിവസം മദ്യാസക്തിയിൽ നിന്നും വിമോചിപ്പിക്കുന്നതിന് കൗൺസിലിങ്ങും പരിശോധനയും ഉണ്ട്. ചിലപ്പോൾ ഒരാഴ്ചയോളം അവിടെ കിടത്തി ചികിത്സിക്കേണ്ടതായും വരുമെന്ന് വസന്തയോട് പറഞ്ഞു. ഈ ഒടുക്കത്തെ കുടി കാരണം മകളുടെ കല്യാണവും മകന്റെ പഠനവും മുടങ്ങി. ആദ്യമാദ്യം ജോലി കഴിഞ്ഞ് വരുമ്പോൾ ചെറിയ അളവിൽ മദ്യം കഴിക്കുമായിരുന്നു. പിന്നെ പിന്നെ മദ്യം ഒഴിവാക്കാനാവാത്ത അവസ്ഥയിലുമായി. കൂട്ടുകാരുമൊത്ത് മൂക്കറ്റം കുടിച്ച് ഉപദ്രവിക്കാനും ഭക്ഷണസാധനങ്ങൾ പാത്രത്തോടെ എടുത്ത് പുറത്തേക്കെറിഞ്ഞ് നശിപ്പിക്കാനും തുടങ്ങി. മിക്ക ദിവസങ്ങളിലും വസന്തയും മക്കളും മുഴുപട്ടിണിയിലുമായി. പിന്നീട് ഭർത്താവ് വരുന്നതിന് മുമ്പ് തന്നെ കുട്ടികൾക്ക് ഭക്ഷണം കൊടുക്കും. അതിനും വഴക്കാണ്. ജോലി ചെയ്ത് കിട്ടുന്ന കാശ് മാത്രമല്ല എന്തിനേറെ ഭാര്യയുടെ താലിയും കമ്മലുമെല്ലാം കൊല്ലുമെന്ന് ഭീഷണിപ്പെടുത്തി വാങ്ങി കുടിച്ചു തീർത്തു. ഒന്നും കിട്ടാതായപ്പോൾ മക്കളുടെ പുസ്തകവും ഡ്രസ്സും തീയിട്ട് നശിപ്പിച്ചു. ജീവൻ തന്നെ അപായത്തിലാകുമെന്ന് കണ്ട് വസന്ത രണ്ട് മക്കളെയും കൊണ്ട് സ്വന്തം വീട്ടിലേക്ക് പോയി. അധ്യാപകരും പാലിയേറ്റീവ് വളണ്ടിയർ മാരും ഇടപെട്ട് ഇനി കുടിക്കില്ലെന്ന് അവർ ശപഥം ചെയ്തതാണ്. കുറച്ചു ദിവസം കുഴപ്പമൊന്നും ഉണ്ടായില്ല. പത്താംതരം പരീക്ഷ അടുക്കാറായ കുട്ടിയുടെ കോർണർ മീറ്റിംഗ് (അധ്യാപകർ, കുട്ടികൾ, രക്ഷിതാക്കൾ) നടന്നുകൊണ്ടിരിക്കെ അയാൾ മൂക്കറ്റം കുടിച്ചിട്ട് അവിടെ മീറ്റിംഗ് നടക്കുന്ന സ്ഥലത്ത് വന്ന് അസഭ്യം പറയാൻ തുടങ്ങി. ആ യോഗത്തിൽ ഞാനും പങ്കെടുത്തിരുന്നു. കേൾക്കുന്നവരുടെ തൊലിയുരിഞ്ഞു പോകുന്ന

അസഭ്യങ്ങളാണ് വർഷിച്ചത്. അവരുടെ കുടിക്ക് മാറ്റം ഒന്നും വന്നില്ല. ഒരുദിവസം മണ്ണെണ്ണ വിളക്കിന്റെ സഹായത്താൽ പത്താംതരം പരീക്ഷക്ക് പഠിക്കുന്ന കുട്ടിയോട് 'മതി നിന്റെ പഠിപ്പ്' എന്നും പറഞ്ഞ് ചാടിവന്ന് വിളക്ക് ഊതി കെടുത്തി. പിന്നെയും അത് തുടർന്നു. ഗത്യന്തരമില്ലാതെ ദൂരെയുള്ള അമ്മയുടെ വീട്ടിലേക്ക് അവർ വീണ്ടും പോയി. കഷ്ടപ്പെട്ട് പഠിച്ച് പരീക്ഷയെഴുതി ഉന്നതവിജയം കരസ്ഥമാക്കി. വീട്ടുകാരുടെ സഹായത്തോടെ കുട്ടിയുടെ പഠനം തുടർന്നു. അതിനിടയിൽ മൂത്തകുട്ടിക്ക് നല്ലൊരു കല്യാണ ആലോചന വന്നു. മുഴുകുടിയനായ അച്ഛന്റെ കഥയറിഞ്ഞ് ആ ആലോചനയിൽ നിന്നും അവർ പിന്മാറി.

പാലിയേറ്റീവ് വളണ്ടിയർമാർ ഈ മനുഷ്യനെ മദ്യാസക്തിയിൽ നിന്ന് മോചിപ്പിക്കുന്നതിനായി ആശുപത്രിയിൽ എത്തിച്ചു. കൗൺസിലിങ്ങ് സമയത്ത് ഭാര്യകൂടി ഒന്നിച്ചുവേണമെന്ന് ഡോക്ടർ പറഞ്ഞു. വസന്ത കൂട്ടിന് പോകാൻ കൂട്ടാക്കിയില്ല. ഒടുവിൽ ഞങ്ങളുടെയൊക്കെ സ്നേഹപൂർണ്ണമായ നിർബ്ബന്ധത്തിന് വഴങ്ങി കൗൺസിലിങ്ങിന് പോകാൻ സമ്മതിച്ചു. ഒരാഴ്ച ആശുപത്രിയിൽ ചികിത്സയും കൗൺസിലിങ്ങുമായി കഴിയേണ്ടിവന്നു. വസന്തയും സഹകരിച്ചു. അതിനുഫലം കണ്ടു. ഇപ്പോൾ അയാൾ മദ്യം പൂർണ്ണമായും ഉപേക്ഷിച്ച് നല്ലൊരു മനുഷ്യനായി. കുടിക്ക് മുമ്പുള്ള ജീവിതത്തിലേക്ക് തിരിച്ചുവന്നു. വസന്തയുടെ ജീവിതത്തിലേക്ക് വിണ്ടും വസന്തമെത്തി. നാടുവിട്ടുപോയ മകന് ചെറിയൊരു ജോലികിട്ടി. മകൾ പഠിച്ച് ഒരു ജോലിയും കരസ്ഥമാക്കി. മകൾക്ക് നല്ലൊരു കല്യാണ ആലോചന വന്നു. അവൾ വിവാഹിതയായി.

കോവിഡ്കാലപരിചരണം

കൊറോണയുടെ നീരാളിപ്പിടിത്തത്തിലമർന്നുപോയ സമൂഹത്തിൽ ഏറെ ദുരിതം പേറേണ്ടിവന്നവർ വീടുകളിലെ അകത്തളങ്ങളിൽ അകപ്പെട്ടുപോയ കിടപ്പിലായ രോഗികളായിരുന്നു. പാലിയേറ്റീവ് കെയർ പ്രവർത്തകർ ഉണർന്ന് പ്രവർത്തിക്കേണ്ട സാഹചര്യങ്ങൾ മനസ്സിലാക്കിക്കൊണ്ടുള്ള കർമ്മപരിപാടികളായിരുന്നു കൊറോണക്കാലത്ത് ആവിഷ്കരിച്ച് നടപ്പിലാക്കിയത്.

2016-21 കാലഘട്ടം ദുരന്തങ്ങളുടെ പഞ്ചവത്സരമായിരുന്നു. വെള്ളപ്പൊക്കം, ചുഴലിക്കാറ്റ്, ഉരുൾപൊട്ടൽ, മണ്ണിടിച്ചിൽ, കടലാക്രമണം, അതിവർഷം, തുടങ്ങി ഒട്ടനവധി ദുരന്തങ്ങളുടെയും നിപ, കോവിഡ്, തുടങ്ങിയ മഹാവ്യാധികളുടെയും കാലം. ഈ കെട്ട കാലത്ത് ജനജീവിതം ഏറെ ദു:സ്സഹം തന്നെ. കിടപ്പ് രോഗികളുടെ കാര്യം അതിലേറെ ദുസ്സഹമാണെന്ന് പറയേണ്ടതില്ലല്ലോ. കോവിഡിന്റെ ഈ കടന്ന് കയറ്റത്തിലും കൊട്ടില പാലിയേറ്റീവ് കെയറിന്റെ കൂട്ടായ്മ കഴിവിന്റെ പരമാവധി സഹായം പാലിയേറ്റീവ് രോഗികൾക്കും ദുരിതബാധിതർക്കും എത്തിച്ചു കൊടുക്കുകയുണ്ടായി. മകൾ സുധ ഓണററി മെമ്പറായിട്ടുള്ള കർമ്മോദയ ചാരിറ്റിബിൾ ട്രസ്റ്റ് നൽകിയ ധനസഹായം ഉപയോഗിച്ചും പാലിയേറ്റീവ് കെയർ യൂണിറ്റിന്റെ ഭാരവാഹികളും മെമ്പർമാരും അവരുടെ കഴിവിന്റെ പരമാവധി ധനസഹായം സ്വരൂപിച്ചും മൂന്ന് തവണ ഭക്ഷണകിറ്റുകൾ, മാസ്ക്, സാനിറ്റൈസർ, ബെഡ്ഷീറ്റുകൾ, ഉടുവസ്ത്രങ്ങൾ എന്നിവയും സമാഹരിച്ച് നൽകുകയുണ്ടായി. നന്നേ വിഷമിക്കുന്ന രോഗികൾക്ക് ചെറിയതോതിലുള്ള ചികിത്സാസഹായവും എത്തിച്ചുകൊടുക്കുകയുണ്ടായി. കോവിഡ് ബാധിച്ച് വിടുകളിൽ കഴിയുന്ന രോഗികളെ കോവിഡ് ചികിത്സാ കേന്ദ്രങ്ങളിലെത്തിക്കാനും കാരുണ്യയുടെ ആംബുലൻസ് ഉപയോഗപ്പെടുത്തിയിരുന്നു. കോവിഡ് കാലത്ത് കാരുണ്യ പാലിയേറ്റീവിന്റെ ആംബുലൻസ് ഏഴോം ഗ്രാമപഞ്ചായത്തിന് വിട്ടുകൊടുക്കുകയുണ്ടായി. കിടപ്പിലായ രോഗികൾക്ക് വാക്സിൻ വീട്ടിൽ വെച്ച് തന്നെ കൊടുക്കാനും ആംബുലൻസ് സഹായകമായി. കോവിഡ്

കാലത്ത് തുടങ്ങിയ പഞ്ചായത്തിന്റെ ഹെൽപ്പ്ഡസ്കിലും, സ്ക്വാഡ്‌വർക്കിലും കാരുണ്യ കൊട്ടിലയുടെ വളണ്ടിയർമാരുടെ സേവനം ഉറപ്പ് വരുത്തിയിരുന്നു. കോവിഡ് ബാധിച്ച ആറോളം പാലിയേറ്റീവ് രോഗികളെ പരിയാരം, അഞ്ചരക്കണ്ടി എന്നി മെഡിക്കൽ കോളേജുകളിൽ തക്കസമയത്ത് എത്തിക്കുവാനും ചികിത്സ ലഭ്യമാക്കിക്കൊടുക്കുവാനും പാലിയേറ്റീയ് വളണ്ടിയർമാർ മുൻകൈയെടുക്കുകയുണ്ടായി. കൂടാതെ ഫോണിലൂടെ രോഗികൾക്ക് ആത്മവിശ്വാസവും ധൈര്യവും പകർന്നു കൊടുക്കാൻ സാധിച്ചത് ചെറിയകാര്യമല്ല. കൊറോണ ബാധിച്ച ഡയാലിസീസിന് വിധേയരാവുന്ന രോഗികൾക്ക് അതിനുള്ള സൗകര്യം ലഭ്യമാക്കിക്കൊടുക്കാനും ആസ്പത്രി അധികൃതരുമായി ബന്ധപ്പെടുകയുണ്ടായി. കൊറോണക്കാലത്ത് നിർദ്ധനരായ അഞ്ച് രോഗികൾക്ക് ആറ് തവണകളായി PIK(പാലിയേറ്റീവ് ഇനിഷ്യേറ്റീവ് ഇൻ കണ്ണൂർ) തരപ്പെടുത്തിയ ഭക്ഷണകിറ്റുകൾ എത്തിച്ചു കൊടുത്ത് സഹായിക്കുകയുണ്ടായി.

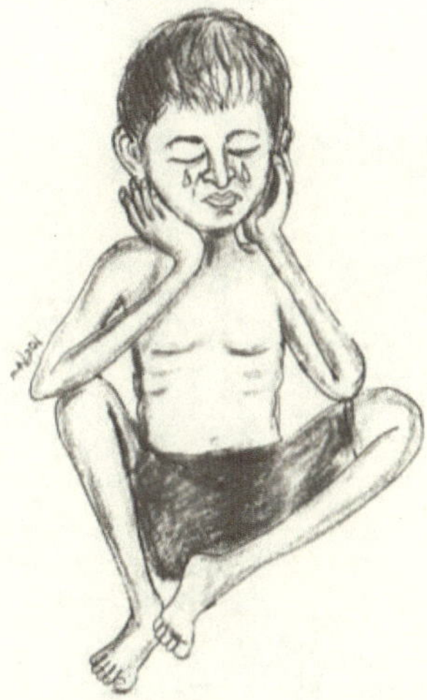

കോവിഡ് മഹാമാരി നമ്മെ പലതും പഠിപ്പിച്ചു. എക്കാലത്തും ഓർത്തിരിക്കേണ്ട പാഠങ്ങൾ. ലോകമെമ്പാടുമുള്ള ലക്ഷക്കണക്കിന് ആളുകളുടെ ജീവനെടുത്തു. ഒരുപാട് പേരെ അനാഥരാക്കി. അഞ്ചാം ക്ലാസിൽ പഠിക്കുന്ന അലൻ എന്ന പിഞ്ചുബാലന്റെ മാതാപിതാക്കൾ

ഈ രോഗത്തിന്റെ നീരാളി പിടുത്തത്തിൽ അമർന്നുപോയി. അലൻ എന്ന അനാഥബാലൻ കരഞ്ഞുകൊണ്ടിരിക്കുന്ന ദയനീയമായ ചിത്രം മാതൃഭൂമി പത്രം പ്രസിദ്ധീകരിച്ചത് ആരുടെയും മനസ്സിൽ നിന്ന് എളുപ്പത്തിൽ മായുകയില്ല.

ഭയവും നിരാശയും കൊണ്ട് വീർപ്പുമുട്ടി കഴിയുന്ന രോഗികൾക്ക് സാന്ത്വനമേകാൻ കാരുണ്യ പാലിയേറ്റീവ് കെയർ വളണ്ടിയർമാർ നേരിട്ടും ആരോഗ്യ പ്രവർത്തകരുടെയും മറ്റ് സന്നദ്ധ സംഘടനകളോടുമൊപ്പം ചേർന്ന് കൊണ്ട് സേവന മനുഷ്ഠിക്കുകയുണ്ടായി. മറ്റ് രോഗങ്ങൾ മൂലം കിടപ്പിലായ രോഗികൾക്ക് കോവിഡ് ബാധയെ തുടർന്ന് ഗൃഹസന്ദർശനങ്ങളിലൂടെ സാന്ത്വനവും പരിചരണവും നൽകാൻ മുൻവർഷങ്ങളിലേതുപോലെ കഴിയാതെ പോയി. ഹോംകെയർ സേവനം പുനരാരംഭിച്ചതോടെ കിടപ്പിലായ രോഗികളുടെ കാതലായ പ്രശ്നങ്ങൾക്ക് പരിഹാരം കണ്ടെത്താനുള്ള ശ്രമത്തിലാണ് പാലിയേറ്റീവ് കെയർ വളണ്ടിയർമാർ. ഈ കോവിഡ് കാലത്ത് മറ്റുള്ളവർക്ക് വേണ്ടി ജീവൻ ബലി അർപ്പിക്കേണ്ടിവന്ന ഒട്ടനവധി ആരോഗ്യപ്രവർത്തകരുണ്ട്. അവരുടെയെല്ലാം ഓർമ്മക്കുമുമ്പിൽ മനസാ നമിക്കുന്നു.

സഹോദര സ്നേഹം

ചേതനയറ്റ സഹോദരിയുടെ ശരീരം കെട്ടിപ്പിടിച്ച് കരയുന്ന രണ്ട് സഹോദരിമാരുടെ ചിത്രം മനസ്സിൽ മായാതെ നിൽക്കുന്നു. പരസ്പര സ്നേഹത്തിന്റെയും സുദൃഢമായ ആത്മബന്ധത്തിന്റെയും നേർസാക്ഷ്യങ്ങളായ മൂന്ന് സഹോദരിമാർ. ലക്ഷ്മി, തമ്പായി, മീനാക്ഷി അങ്ങനെയാണവരുടെ പേരുകൾ. ചുമരൊന്നും തേച്ചുമിനുക്കിയിട്ടില്ലാത്ത അർദ്ധ ജീർണ്ണാവസ്ഥയിലുള്ള ഒരു ചെറിയ വീട്ടിലാണ് ഈ മൂന്ന് സഹോദരിമാരുടെ താമസം. ഒരാൾ അവിവാഹിതയും മറ്റ് രണ്ട്പേർ വിധവകളുമാണ്. മൂത്തവർക്ക് തൊണ്ണൂറ് വയസ്സ് കഴിഞ്ഞുകാണും. അവരുടെ ഏകമകൾ ഇവർ താമസിക്കുന്ന വീടിനടുത്താണ് താമസിക്കുന്നത്. അമ്മയെ ഒന്നിച്ച് താമസിപ്പിക്കാൻ പല പ്രാവശ്യം ഈ മകൾ വിളിച്ചെങ്കിലും ജീവനുതുല്യം സ്നേഹിക്കുന്ന രണ്ട് സഹോദരിമാരെ ഇട്ടേച്ച് പോകാൻ അവർ തയ്യാറായില്ല. മകൾ എത്തിച്ചുകൊടുക്കുന്ന ഭക്ഷണം മൂന്ന്പേരും വളരെ സന്തോഷത്തോടെ പങ്കുവെച്ച് കഴിക്കും. ഓരോരുത്തർക്കും മറ്റുള്ളവരുടെ കാര്യത്തിലാണ് കൂടുതൽ കരുതലും ശ്രദ്ധയും. ഒരാൾ ഭക്ഷണം കഴിച്ചില്ലെങ്കിൽ ആരും കഴിക്കില്ല. ഒരുമുറിയിൽ തന്നെ മൂന്ന് പേർക്കും കിടക്കാൻ സ്ഥലമില്ലാത്തത് കൊണ്ടാണെന്ന് തോന്നുന്നു. രണ്ട്പേർ ഒരുമുറിയിലും മൂത്ത സഹോദരി മറ്റൊരു മുറിയിലുമാണ് കിടക്കുന്നത്. പരസ്പര സ്നേഹത്തോടെ ഐക്യത്തോടെ കഴിയവെ രണ്ടാമത്തെ സഹോദരി വാർദ്ധക്യസഹജമായ അസുഖത്താൽ കിടപ്പിലായി. തൊലിപ്പുറത്ത് തവിട്ടുനിറത്തിലുള്ള പാടുകൾ വരാൻ തുടങ്ങി. ചിലഭാഗങ്ങളിൽ തൊലി പൊട്ടി വ്രണങ്ങൾ രൂപപ്പെട്ടതായി കണ്ടു. കാരുണ്യ പാലിയേറ്റീവിന്റെ നേഴ്സായ സരോജിനി മറ്റു വളണ്ടിയർമാരുടെ സഹായത്തോടെ വ്രണങ്ങൾ തുടച്ച് വൃത്തിയാക്കി മരുന്ന് വെച്ചുകൊടുത്തു. വളണ്ടിയർമാരായ ബാലകൃഷ്ണൻ, കരുണാകരൻ, ഗോപി എന്നിവർ ചേർന്ന് അവരെ എടുത്ത് എയർബെഡ്ഡിൽ കിടത്തി. 'എന്റെ ഏച്ചീനെ നിങ്ങൾ ഒന്നും ചെയ്യല്ലപ്പാ' എന്നും പറഞ്ഞ് ഇളയ സഹോദരി കരയാൻ തുടങ്ങി. കൂടുതൽ വ്രണങ്ങൾ

വരാതിരിക്കാനാണ് ഇങ്ങനെ ചെയ്യുന്നത് എന്ന് ഞങ്ങൾ അവരെ പറഞ്ഞു മനസ്സിലാക്കികൊടുത്തു. അപ്പോഴേക്കും തൊട്ടടുത്ത വീട്ടിൽ താമസിക്കുന്ന മകൾ ഉഷ എത്തി. ഞങ്ങൾ കൊണ്ടുപോയ വാക്കർ പിടിച്ച് നടത്തിക്കാൻ വളണ്ടിയർ വത്സല പരിശീലനം നൽകി. അതു വരെ ഊന്ന്വടിയുടെ സഹായത്താൽ നടന്നിരുന്ന മൂത്ത സഹോദരിക്ക് ഇരുന്നിടത്ത് നിന്ന് എഴുന്നേൽക്കാനും നടക്കാനും എളുപ്പമായി. വാക്കർപിടിച്ച് എഴുന്നേൽപ്പിക്കാനും നടത്തിക്കാനും അവരെ പ്രാപ്തയാക്കി. ആ സഹോദരിമാർ കൊച്ചുകുട്ടികളെപ്പോലെയാണ് ഞങ്ങൾക്ക്. അതുകൊണ്ട് തന്നെ ഞങ്ങൾ അവർക്ക് കഴിക്കാനായി എന്തെങ്കിലുമൊക്കെ കൊണ്ടുപോവുക പതിവായിരുന്നു. ഞങ്ങൾ അന്ന് കൊണ്ടുപോയ ബിസ്ക്കറ്റും പഴവും അവർ കഴിച്ചില്ല. 'എന്തിനാ മക്കളെ ഇതെല്ലാം? രാവിലെ മോള് കൊണ്ട് വെച്ച ദോശയും ചായയും തന്നെ ഇവിടെ ഇതാ. ഈ മീനാക്ഷി ഇങ്ങനെ കിടക്കുമ്പോൾ ഞങ്ങൾക്ക് ഭക്ഷണം ഇറങ്ങുന്നില്ല. ഒന്നും കഴിക്കണമെന്ന് തോന്നുന്നില്ല. എത്രയും വേഗം എന്നെ അങ്ങെടുത്താൽ മതിയായിരുന്നു. ഇവൾ ഇങ്ങനെ കിടക്കുന്നത് കാണാനുള്ള ശേഷി എനിക്കില്ല ടിച്ചറെ.' എന്നും പറഞ്ഞ് രണ്ട് സഹോദരിമാരും കരയാൻ തുടങ്ങി. ഞാൻ അവരെ ആശ്വസിപ്പിക്കാൻ ശ്രമിച്ചെങ്കിലും അവരുടെ കറകളഞ്ഞ സ്നേഹത്തിന് മുമ്പിൽ ആശ്വാസവാക്കുകളെല്ലാം വിഫലമായിരുന്നു.

മാസങ്ങൾ പലത് കഴിഞ്ഞു. കിടപ്പിലായ മീനാക്ഷിക്ക് ഭക്ഷണം തീരെ വേണ്ടാതായി. ദ്രവരൂപത്തിലുള്ള ഭക്ഷണം റൈസ് ട്യൂബിലൂടെ കൊടുത്തു തുടങ്ങി. പി.എച്ച്,സിയിലെ പാലിയേറ്റീവ് കെയർ നേഴ്സ് കത്തീറ്റർ ഇട്ടുകൊടുത്തു. ദിവസങ്ങൾ പിന്നെയും കടന്നുപോയി. അവർ അബോധാവസ്ഥയിലായി. സഹോദരിമാരുടെ ആധിയും കൂടിക്കൂടിവന്നു. ഒരു ശനിയാഴ്ച ദിവസം രാവിലെ ഞങ്ങൾ പതിവുപോലെ ഹോം കെയറിന് പോയതായിരുന്നു. കുറെ ആളുകൾ ചുറ്റും കൂടി നിൽക്കുന്നു. മരണമെത്തിക്കഴിഞ്ഞുവെന്ന് തോന്നുന്നു. ഞങ്ങളും തുളസിയിലകൊണ്ട് കരിക്കിൻവെള്ളം ചുണ്ടിൽ നനച്ചുകൊടുത്തു. മീനാക്ഷിയുടെ ശ്വാസം എന്നെന്നേക്കുമായി നിലച്ചു. വിട്ടുപിരിയാനാവാത്ത വേദനയോടെ ചേതനയറ്റ തന്റെ സഹോദരിയുടെ ശരീരം കെട്ടിപ്പിടിച്ചുള്ള കരച്ചിലും പറച്ചിലും അവിടെ കൂടിയിരുന്നവരുടെയൊക്കെ കണ്ണുകൾ ഈറനണിയിച്ചു. നിഷ്കളങ്കവും ആത്മാവിൽ നിന്നൂറിവരുന്നതും സഹജവുമായ ആ സ്നേഹത്തിന് അതിർവരമ്പുകളില്ല. ചില ബന്ധങ്ങൾ വേരുകൾ പോലെയാണ്. മണ്ണിനടിയിലും അവർ പരസ്പരം വാരിപ്പുണർന്ന് അവരുടെത് മാത്രമായ ലോകം തീർക്കും. എല്ലാ ബന്ധവും സ്നേഹത്തിലധിഷ്ഠിതമാണ്.

സ്നേഹമാണഖില സാരമൂഴിയിൽ
സ്നേഹസാരമിഹസത്യമേകമാം

മഹാകവി കുമാരനാശാൻ

സാന്ത്വന പരിചരണം വിദ്യാർത്ഥികളിലൂടെ

എന്റെ ഒരു ഗുരുനാഥൻ ഏറെ പ്രായം ചെന്ന തന്റെ മാതാവിന്റെ പാദങ്ങൾ തൊട്ടുവണങ്ങിയാണ് എന്നും ജോലിക്ക് പോയിരുന്നത്. ഇത് കണ്ടു വളരുന്ന മക്കൾക്കും പേരക്കുട്ടികൾക്കും തന്റെ അച്ഛനമ്മമാരോട് സ്നേഹവും ബഹുമാനവും ഉണ്ടാവുമെന്നത് നിസ്തർക്കമാണ്. മാതാപിതാക്കളെയും പ്രായം ചെന്നവരെയും പരിചരിക്കുമ്പോൾ അവർക്ക് മാനസികമായ ബുദ്ധിമുട്ട് ഏതുമില്ലാതെ സംതൃപ്തി നൽകുന്ന വിധത്തിൽ പരിചരിക്കാനുള്ള മനോഭാവം ചെറുപ്രായത്തിൽ തന്നെ വളർത്തിയെടുക്കാനുള്ള ബാധ്യത നമ്മുടെതാണ്. പ്രായം കൂടുന്തോറും ശാരീരിക, മാനസിക, സാമ്പത്തിക പ്രശ്നങ്ങളുടെ പേരിൽ നട്ടം തിരിയുന്ന ധാരാളം ആളുകൾ നമ്മുടെ ചുറ്റുപാടുമുണ്ട്. രോഗവും കൂടി വന്നാൽ പിന്നെ പറയാനുമില്ല.

റിട്ടയർമെന്റിന് ശേഷം എല്ലാവർഷവും പാലിയേറ്റീവ് പരിചരണത്തെക്കുറിച്ചുള്ള എന്റെ അനുഭവങ്ങൾ പല സ്കൂളിലേയും എൻ.എസ്സ്.എസ്സ് വളണ്ടിയർ മാരുടെ ക്യാമ്പുകളിൽ പങ്ക്വെക്കാൻ കിട്ടുന്ന അവസരം ഉപയോഗപ്പെടുത്തി വരുന്നു. കൊട്ടില ഗവൺമെന്റ് ഹയർ സെക്കണ്ടറി സ്കൂൾ, മാടായി ഗവൺമെന്റ് ഹയർ സെക്കണ്ടറി സ്കൂൾ, ആദിവാസി അതുപോലെ പിന്നോക്ക വിഭാഗങ്ങളിലെ കുട്ടികൾക്കായുള്ള പട്ടുവത്തെ റസിഡൻഷ്യൽ സ്കൂൾ തുടങ്ങിയ വിദ്യാലയങ്ങളിലെ എൻ.എസ്.എസ്. വളണ്ടിയർമാർക്ക് പാലിയേറ്റീവ് പരിചരണം വിദ്യാർത്ഥികളിലൂടെ എന്ന വിഷയത്തെക്കുറിച്ചുള്ള ക്ലാസുകളും ഹോംകെയർ സേവനത്തിനുള്ള പ്രായോഗിക പരിശീലനവും നൽകാറുണ്ട്. പുളിയൂൽ എൽ.പി.സ്കൂളിൽവെച്ച് കൊട്ടില സ്കൂളിലെ എൻ.എസ്.എസ്.വിദ്യാർത്ഥികൾക്കായി നടത്തിയ ക്യാമ്പിൽ രജീഷ് എന്ന കുട്ടി

'ടീച്ചറെ, എന്റെ അച്ചാച്ചനെ ഞാനാണ് നോക്കുന്നത്. എല്ലാദിവസവും രാവിലെ പല്ല് തേപ്പിച്ച് കുളിപ്പിച്ച്, വസ്ത്രം മാറ്റിച്ച് ഭക്ഷണവും

കൊടുത്തിട്ടാണ് ഞാൻ സ്കൂളിൽ വരുന്നത്. ഈ പ്രവൃത്തി എല്ലാ ദിവസവും ഞാൻ സന്തോഷത്തോടെ ചെയ്യുന്നു. ആറ് വർഷമായി അച്ചാച്ചൻ ശയ്യാവലംബിയായിട്ട്.' രജീഷിനെ ക്ലാസിൽ കൈയടിച്ച് അനുമോദിച്ചു. രജീഷിന്റെ ഈ മാതൃക പിന്തുടരാൻ പുതുതലമുറയിൽ ഏറെപ്പേരെ കണ്ടെന്ന് വരില്ല.

വയസ്സായവർ കിടക്കുന്ന മുറിയിൽ പോലും മക്കളെ പോകാൻ അനുവദിക്കാത്ത എത്രയോ മാതാപിതാക്കൾ ഉണ്ട്. ഇതുപോലെ ഭാവിയിൽ ഇത്തരം അവസ്ഥ നമുക്കും ഉണ്ടാകുമെന്നും നമ്മുടെ മക്കളും നമ്മെ അവഗണിക്കുമെന്നും ഓർത്താൽ നന്ന്. പണ്ട് ഞാൻ ഏഴാം ക്ലാസിൽ പഠിക്കുമ്പോൾ കേട്ട 'പൊട്ടിയ ചട്ടി' എന്ന കഥാപ്രസംഗത്തിന്റെ പൊരുൾ കുട്ടികൾക്ക് വിവരിച്ചുകൊടുക്കാറുണ്ട്. സാന്ത്വന പരിചരണം സ്വന്തം വീട്ടിൽ വെച്ച് തന്നെ തുടങ്ങണം. മാതാപിതാക്കൾ വളരെ പാടുപെട്ടാണ് നമ്മെ വളർത്തുന്നത്. അവർക്ക് പ്രായമാകുമ്പോഴും രോഗം വരുമ്പോഴും അവരെ സംരക്ഷിക്കേണ്ടത് നമ്മുടെ ഉത്തരവാദിത്വമാണ്. രോഗം ഒരു ശാപമല്ലെന്നും ആർക്കും എപ്പോൾ വേണമെങ്കിലും രോഗം പിടിപെടാമെന്നും രോഗം വന്നവരെ സംരക്ഷിക്കേണ്ടത് സമൂഹത്തിന്റെ ബാധ്യതയും കടമയുമാണെന്നും നാം അറിഞ്ഞിരിക്കണം. വിദ്യാർത്ഥികളുമായി പലപ്പോഴും ഇടപെടാറുണ്ട്. കണ്ണൂരിലെ മലബാർ കാൻസർ കെയർ സൊസൈറ്റി സംഘടിപ്പിച്ച ഏകദിന സെമിനാറിൽ കൊട്ടില ഗവൺമെന്റ് ഹയർസെക്കന്ററി സ്കൂളിലെ ഏതാനും കുട്ടികളെ പങ്കെടുപ്പിക്കുകയുണ്ടായി. സ്കൂളുകളിൽ യുവവിമുക്തി ക്ലബ്ബുകൾ രൂപീകരിക്കാനുള്ള ആഹ്വാനം സെമിനാറിൽ ഉയർന്നുവരികയുണ്ടായി. ആഹ്വാനത്തിന്റെ അന്തസത്ത ഉൾക്കൊണ്ടുകൊണ്ട് കൊട്ടില ഗവൺമെന്റ് ഹയർ സെക്കന്ററി സ്കൂളിൽ അധികൃതരുടെ സഹകരണത്തോടെ 2018 ൽ ഒരുകൂട്ടം വിദ്യാർത്ഥികളെ ഉൾപ്പെടുത്തി യുവവിമുക്തി ക്ലബ്ബിന് രൂപംകൊടുത്തു. ചർച്ചാക്ലാസുകളും, ബോധവൽക്കരണ ക്ലാസുകളും നടത്തപ്പെട്ടു. ആഴ്ചയിലൊരിക്കൽ ഹോം കെയറിന് പോകുമ്പോൾ വിദ്യാർത്ഥികളെയും ഞങ്ങൾ കൂട്ടുമായിരുന്നു. രണ്ടുവർഷക്കാലം ക്ലബ്ബിന്റെ പ്രവർത്തനം, സുഗമമായി നടന്നു വന്നിരുന്നു. പലകാരണങ്ങൾ കൊണ്ടും യുവവിമുക്തി ക്ലബ്ബിന്റെ തുടർച്ചയില്ലാതെ വന്നു. സ്കൂൾ വിദ്യാഭ്യാസം പൂർത്തിയാക്കിയ കുട്ടികൾ സ്കൂൾ വിട്ടുപോയതും ഒരു കാരണമായിരുന്നു.

സ്കൂൾ പാഠ്യപദ്ധതിയിൽ പാലിയേറ്റീവ് പരിചരണംകൂടി ഉൾപ്പെടുത്താനുള്ള ആലോചന സ്വാഗതാർഹമാണ്. ആഴ്ചയിൽ ഒന്നോ രണ്ടോ

മണിക്കൂർ സമയം വിദ്യാർത്ഥികൾ അവരുടെ പഠനത്തെ ദോഷകരമായി ബാധിക്കാതെ പരിസര പ്രദേശങ്ങളിലുള്ള കിടപ്പുരോഗികളുടെ പരിചരണത്തിൽ കുടുംബങ്ങളെ സഹായിക്കാനുള്ള മനോഭാവം വളർത്തി, വിദ്യാർത്ഥികളെ സമൂഹത്തിന്റെ മുഖ്യധാരയിലേക്ക് കൊണ്ടുവരുവാനും സഹജീവി സ്നേഹം വളർത്തിയെടുത്ത് നല്ല പൗരന്മാരാക്കി മാറ്റിയെടുക്കാനും ഇത്തരം പരിശീലനം ഏറെ സഹായകരമാണ്. വിദ്യാർത്ഥികളിൽ ചെറുപ്പം മുതലെ സാന്ത്വന പരിചരണ സന്നദ്ധത വളർത്തിയെടുക്കുക എന്നതായിരിക്കണം സ്റ്റുഡന്റ്സ് പാലിയേറ്റീവ് കെയറിലൂടെ സാധ്യമാക്കേണ്ടത്.

തൊട്ടടുത്ത സ്കൂളുകളിലെ എൻ.എസ്.എസ് വളണ്ടിയർമാർക്കായി നടത്തുന്ന ക്ലാസുകൾ കൊണ്ട് വിദ്യാർത്ഥികളിൽ കുറെ പേർക്കെങ്കിലും പാലിയേറ്റീവ് പരിചരണത്തെക്കുറിച്ചുള്ള അവബോധം ഉണ്ടാക്കിയെടുക്കാൻ കഴിയുമെങ്കിൽ അത് ചെറിയ കാര്യമല്ല. ഒരിറ്റ് സ്നേഹത്തിനായി കാത്തിരിക്കുന്ന രോഗികൾക്ക് സാന്ത്വന സ്പർശമേകാൻ നമുക്ക് ജാഗ്രതയോടെ മുന്നേറാം. അശരണരേയും, രോഗികളെയും കാണുമ്പോൾ സഹതാപത്തോടെ നോക്കി നിൽക്കാതെ അവരെ സഹായിക്കാനുള്ള ഒരു നല്ല മനസ് വിദ്യാർത്ഥികളിൽ ഉണ്ടാക്കിയെടുക്കാനുള്ള ഏത് ശ്രമവും സ്വാഗതാർഹമാണ്.

ദു:ഖസ്മൃതി

ജനനമുണ്ടെങ്കിൽ മരണവും സുനിശ്ചിതം എന്നാണല്ലോ. മരണം അലംഘനീയമായ ഒരു സത്യമാണ്. നാം ഈ ഭൂമിയിൽ പിറക്കുന്നതിന് മുമ്പ് തന്നെ നമുക്ക് വേണ്ടി പ്രാർത്ഥിക്കുന്നത് നമ്മുടെ അമ്മമാരാണ്. അതുകൊണ്ട് തന്നെ ജീവിതത്തിലെ ഏത് വിജയത്തിനും അവരുടെ അനുഗ്രഹം പരമപ്രധാനമാണെന്ന് ഞാൻ കരുതുന്നു. അമ്മയുടെ കരുതലിനും സ്നേഹത്തിനും ത്യാഗത്തിനും പകരമായി ആ പാദങ്ങളിൽ അർപ്പിക്കാൻ ഈ ജീവിതം തന്നെ മതിയാവുകയില്ല. മറക്കാനാവാത്ത ഓർമ്മകളുമായി അണയാത്ത ദീപം പോലെ എന്നും എന്റെ മനസ്സിൽ അമ്മ ജീവിക്കുന്നു. ആ ദീപ്ത ചൈതന്യത്തിന് മുമ്പിൽ സ്നേഹാദരങ്ങളോടെ നമിക്കുന്നു. ദൈവം അമ്മമാരെ സൃഷ്ടിച്ചു. കാരണം ദൈവത്തിന് എല്ലായിടത്തും താനുണ്ടെന്ന് ഉറപ്പ് വരുത്തേണ്ടിയിരിക്കുന്നു എന്ന് പറയാറുണ്ട്.

രോഗികൾക്കുള്ള കുറച്ച് മരുന്ന് ശേഖരിക്കുന്നതിനായി ഞാനും വളണ്ടിയർ ശാന്തയും ഒരു ദിവസം രാവിലെ പയ്യന്നൂരിലുള്ള മലബാർ ഗോൾഡിൽ രോഗികളുടെ മരുന്നിന്റെ സ്ലിപ്പുകളുമായി പോയി. മരുന്ന് പാസ്സാക്കികിട്ടിയ സ്ലിപ്പുമായി പയ്യന്നൂർ സഹകരണ മെഡിക്കൽ ഷോപ്പിലും. രണ്ടിടത്തും നല്ല തിരക്കായിരുന്നു. മരുന്ന് കിട്ടാൻ മൂന്ന് മണി കഴിഞ്ഞിരുന്നു. അന്ന് തന്നെ രോഗികളുടെ വീടുകളിലും മരുന്ന് എത്തിച്ചുകൊടുക്കാൻ പോയി. അന്ന് കഴിക്കേണ്ടതായ മരുന്നിന് കാത്തിരിക്കുന്ന പാവപ്പെട്ട രോഗികളും കൂട്ടത്തിലുണ്ടായിരുന്നു. വീട്ടിൽ എന്റെ അമ്മ തനിച്ചാണെന്നും എന്നെ കാത്തിരിക്കുന്നുണ്ടാവുമെന്നും ഞാൻ ഓർത്തതേയില്ല. രാവിലെ വരുമ്പോൾ വൈകുമെന്ന് പറഞ്ഞതുമില്ല. വിളിച്ചറിയിച്ചതുമില്ല. അമ്മ ഉച്ചക്ക് ഭക്ഷണം പോലും കഴിക്കാതെ ഇപ്പോൾ മകൾ എത്തും എന്ന് കരുതി കാത്തിരിക്കുകയായിരുന്നു. സന്ധ്യ കഴിഞ്ഞിട്ടും ഞാൻ മടങ്ങി എത്താതായപ്പോൾ അമ്മ കരയാൻ തുടങ്ങി. എന്റെ മകൾക്ക് എന്തോ പറ്റി. അയൽവക്കത്തുള്ള ബാലാമണിയെ വിളിച്ചു.

'ഏയ് മണി ഒന്നിങ്ങ് വരോ?' എന്നും പറഞ്ഞ് കരഞ്ഞ് ബഹളം വെക്കുകയായിരുന്നു. അമ്മയുടെ കരച്ചിൽ ഞാൻ ബസ്സ്റ്റോപ്പിൽ നിന്നേ കേൾക്കുന്നുണ്ടായിരുന്നു. ഞാൻ വീട്ടിലേക്കോടി. പുറത്ത് കോലായിൽ ലൈറ്റ് പോലും ഇടാതെ ഗ്രിൽസും പിടിച്ച് കരയുന്ന അമ്മ. ആരംഗം എന്റെ മനസ്സിൽ ഒരു ദുഃഖസ്മൃതിയായി അവശേഷിക്കുന്നു. ഞാൻ ക്ഷമാപണത്തോടെ അമ്മയെ ആശ്വസിപ്പിച്ചു. അമ്മ ഒരുപദേശവും തന്നു. 'എവിടെ പോയാലും സന്ധ്യക്ക് മുമ്പേ വീടെത്തണം. വീട്ടിലുള്ളവരെ വിവരം അറിയിക്കുകയും വേണം.' അമ്മ ഞങ്ങളെ വിട്ടുപിരിഞ്ഞിട്ട് എട്ട് വർഷം പിന്നിട്ടു. ഹോം കെയറിനൊക്കെ പോയി തിരിച്ചെത്താൻ വൈകുമ്പോൾ അമ്മ പറഞ്ഞ കാര്യങ്ങൾ ഞാൻ ഇന്നും ഓർക്കുന്നു.

കിടപ്പുരോഗികളുടെ ഗൃഹസന്ദർശനം കഴിഞ്ഞ് വന്നാൽ രോഗികളുടെ വിവരങ്ങളൊക്കെ അമ്മ ചോദിച്ചറിയുമായിരുന്നു. അങ്ങനെയാണ് വെടിയപ്പൻ ചാലിലെ മുരളിയുടെ വയസ്സായ അമ്മയ്ക്ക് വസ്ത്രങ്ങളും സഹായധനവും വളണ്ടിയർമാരായ ഞങ്ങളുടെ കൈയിൽ തന്നുവിട്ടത്. പിന്നീട് അമ്മയെ കാണാൻ അവർ വീട്ടിൽ വരുമായിരുന്നു. മിക്ക രോഗികളുടെ കുടുംബാംഗങ്ങളുമായി അമ്മ നല്ലബന്ധം പുലർത്തിയിരുന്നു. ഒരിക്കൽ കൊട്ടിലയിൽ ഒരു മെഡിക്കൽ ക്യാമ്പ് നടക്കുമ്പോൾ 1000 രൂപതന്നിട്ട് എന്നോട് പറഞ്ഞു

'ഇത് എന്റെ വകയായി അവർക്ക് ഭക്ഷണം കൊടുക്കാനായി എടുത്തോ' ഭാവിയിൽ അമ്മയുടെ വകയായി പാലിയേറ്റീവ് രോഗികൾക്ക് വേണ്ടി എന്തെങ്കിലും ചെയ്യണമെന്ന് അന്നേ കരുതിയിരുന്നു. അമ്മയുടെ മരണശേഷം അമ്മയുടെ ഓർമ്മയ്ക്കായി കാരുണ്യ കൊട്ടിലയുടെ അക്കൗണ്ടിൽ 50,000 രൂപയുടെ ഒരു സ്ഥിരം ഡെപ്പോസിറ്റ് തുടങ്ങിയിട്ടുണ്ട്. സ്ഥിര നിക്ഷേപത്തിൽ നിന്ന് കിട്ടുന്ന പലിശ ഏതാനും പാവപ്പെട്ട രോഗികൾക്ക് ചികിത്സാസഹായമായി ഓരോ വർഷവും പാലിയേറ്റീവ് കെയർ ദിനത്തിൽ നൽകിവരുന്നു.

പലരോഗികളേയും മരണസമയത്ത് ഞാൻ കണ്ടിട്ടുണ്ട്. ശ്വാസംവലിയും മരണ വെപ്രാളവുമൊക്കെ കാട്ടാറുണ്ട്. 2014 ഏപ്രിൽ 9 ന് രാത്രി പതിവ് പോലെ ഭക്ഷണവും കഴിച്ച് ഉറങ്ങാൻ കിടന്ന അമ്മ എട്ടര ആകുമ്പോൾ എന്നെ വിളിക്കുന്നതായി എനിക്ക് തോന്നി. ഞാൻ അമ്മയുടെ മുറിയിലേക്കോടി. അമ്മ ഒന്നും മിണ്ടുന്നില്ല. എന്റെ മുഖത്തേക്ക്തന്നെ നോക്കുന്നു. ആ നോട്ടത്തിൽ എന്തോ പന്തികേട് തോന്നിയ ഞാൻ എന്റെ അമ്മയുടെ തല ഉയർത്തി മടിയിൽ കിടത്തി. തൊട്ടപ്പുറത്ത് മേശപ്പുറത്ത് ഉണ്ടായിരുന്ന ജഗ്ഗിൽ നിന്നും വെള്ളം എടുത്ത് അമ്മയുടെ വായിൽ ഒഴിച്ചുകൊടുത്തു. അമ്മ ആർത്തിയോടെ വെള്ളം കുടിച്ചു. കൈകൾ എന്റെ മടിയിലേക്ക് അലക്ഷ്യമായി ഇട്ടു. ഞാനെത്ര വിളിച്ചിട്ടും അമ്മ ഒന്നും മിണ്ടിയില്ല. പിന്നെ അനക്കമില്ല. എന്റെ കരച്ചിൽ കേട്ട് കുട്ടികളെ കുളിപ്പിക്കുകയായിരുന്ന മകന്റെ ഭാര്യ അനു താഴേക്ക് ഓടി വന്നു. അപ്പോഴേക്കും അയൽപക്കക്കാരായ ബാലാമണിയും മറ്റു പലരും എത്തി. അമ്മ ശാന്തമായി എന്റെ മടിയിൽ കിടന്നുകൊണ്ട് എന്നന്നേക്കുമായി ഉറങ്ങി. അവസാനത്തെ ഉറക്കം, ഒരിക്കലും ഉണരാത്ത ഉറക്കം!

ജീവിതത്തിൽ ഉറപ്പുള്ള ഒരേ ഒരു കാര്യം മരണമാണ്. മരണത്തെ എല്ലാവർക്കും പേടിയാണ്. എന്നാൽ മരണത്തെ നാം സന്തോഷത്തോടെ സ്വീകരിക്കണം. പ്രകൃതിജന്യമായ അനിവാര്യതയാണെന്നറിയുമ്പോഴും മരണത്തെപ്പറ്റിയുള്ള നമ്മുടെ അറിവ് പരിമിതമാണ്. മരണത്തെപ്പറ്റി പറയുന്നതും കേൾക്കുന്നതും എന്തോ അപലക്ഷണമായിട്ടാണ് ഞാനടക്കമുള്ളവർ കരുതുന്നത്. പേരക്കുട്ടിയുടെ പരീക്ഷ കഴിയും വരെയെങ്കിലും, മകൾ അല്ലെങ്കിൽ മകൻ അമേരിക്കയിൽ നിന്നെത്തും വരെയെങ്കിലും മരണം നീട്ടിവെക്കാനാവശ്യപ്പെടുന്ന വർത്തമാനകാലം. മരണത്തെപ്പറ്റി സംസാരിക്കാൻ മടിക്കുമ്പോഴും ശാന്തമായും അന്തസ്സോടെയും മരിക്കാനുള്ള അവകാശം ഇല്ലാതാക്കാൻ പാടില്ല. ഇന്റൻസീവ്

കെയർ യൂനിറ്റിലെ മരണം സ്റ്റാറ്റസ് സിംബലായി മാറിക്കൊണ്ടിരിക്കുന്ന ഈ കാലത്തിൽ സ്വഛന്ദമൃത്യു അവകാശമായി അംഗീകരിക്കുന്ന നിയമമുണ്ടാകുന്നത് നല്ലതായിരിക്കുമെന്ന് തോന്നുന്നു.

പ്രപഞ്ചത്തിൽ പ്രകാശത്തെക്കാൾ വേഗത്തിൽ സമയം സഞ്ചരിക്കുന്നു. ഓരോ മണിയും മരണമണിയാണെന്നതും അറിയുന്നില്ല നാം. ആയുസ്സിൽ ദൈർഘ്യം കുറയുന്നതും. ജീവിച്ചിരിക്കുന്ന ഓരോ നിമിഷത്തോടും നമുക്ക് നന്ദിയുണ്ടാവണം. മരണത്തെ മുഖാമുഖം കണ്ട ഒരാൾ ആ നിമിഷം മുതൽ അയാളുടെ ജീവിതത്തിലെ ഓരോ നിമിഷവും കൂടുതൽ വിലപ്പെട്ടതും അർത്ഥപൂർണ്ണവും സൗന്ദര്യപൂർണ്ണവുമായി ആസ്വദിക്കുന്നു. മരണമാണ് ജീവിതത്തിന് അർത്ഥം പ്രദാനം ചെയ്യുന്നത്. മരണവിവരം മറ്റുള്ളവരെ അറിയിക്കുമ്പോഴും ശ്രദ്ധിക്കേണ്ട ഒരുപാട് കാര്യങ്ങളുണ്ട്.

ശാസ്ത്രവിശ്വാസിക്ക് മരണം എന്നത് കോശങ്ങൾ നശിച്ച് എല്ലാ ജൈവപ്രവർത്തനങ്ങളും നിന്നുപോകുന്ന ശാരീരികാവസ്ഥയാണ്. അവർ മരണത്തെ നോക്കിക്കാണുന്നത് ഒരുതരം ശാസ്ത്രകൗതുകത്തോടെയാണ്. എന്റെ വിധി ഞാനല്ല തീരുമാനിക്കുന്നത്. എനിക്ക് അതിനുള്ള അധികാരമില്ല. ഈശ്വരവിശ്വാസികളുടെ അഭിപ്രായം അങ്ങിനെയാണ്. അവിശ്വാസിയാകട്ടെ അവസാന ശ്വാസം വരെ വിധിയെ സ്വന്തം വരുതിയിലാക്കാൻ ശ്രമിച്ചുകൊണ്ടിരിക്കും. കോറിടെയ്‌ലർ എന്ന എഴുത്തുകാരി മരണത്തെ എങ്ങനെ സത്യസന്ധമായി സ്വീകരിക്കാം എന്നത് സ്വന്തം ജീവിതം കൊണ്ട് തന്നെ നേരിട്ടതിന്റെ സാക്ഷ്യപത്രം എഴുതിയിട്ടുണ്ട്. അന്തസ്സായി മരണത്തിലേക്ക് സ്വയം നടന്നുപോകാൻ കൊതിച്ച ഒരു വ്യക്തിയുടെ ജീവിതകഥയാണത്.

കച്ചവടവൽക്കരിക്കപ്പെടുന്ന ക്രൂരമായ മരണമാണ് ഇന്ന് ആശുപത്രികളിൽ നടക്കുന്നത്. അവസാന നിമിഷം വരെ വിലപിടിപ്പുള്ള മരുന്നുകൾ ബന്ധുക്കളെക്കൊണ്ട് വാങ്ങിപ്പിച്ചും, രോഗിയെ കുത്തിവെപ്പുകൾ നടത്തി വേദനിപ്പിച്ചും, ആവശ്യമില്ലാതെ ഓക്സിജൻ മാസ്ക് ഘടിപ്പിച്ചും, മൂക്കിലും തൊണ്ടയിലും ട്യൂബിട്ട് കൈകാലുകൾ കട്ടിലിൽ പിടിച്ച് കെട്ടി, അനങ്ങാൻ പോലും കഴിയാതെ മക്കളുടെയും ബന്ധുക്കളുടെയും കയ്യിൽനിന്ന് സ്നേഹത്തോടെ ഒരിറ്റ് വെള്ളം പോലും വാങ്ങിക്കുടിക്കാൻ കഴിയാതെയുള്ള മരണം. ഒരു പാലിയേറ്റീവ് വളണ്ടിയറായ എനിക്ക് ഇത്തരം എത്രയോ കേസുകൾക്ക് സാക്ഷിയാകേണ്ടി വന്നിട്ടുണ്ട്. അതുപോലെ പൾസ് ഓക്സിമീറ്റർ എന്ന ഉപകരണം രക്തത്തിലെ ഓക്സിജന്റെ അളവ് കണ്ടുപിടിക്കാൻ വിരലിൽ ഘടിപ്പിക്കുന്നതും

സാധാരണമാണ്. മരണസമയത്ത് മിക്ക രോഗികൾക്കും ഉണ്ടാകാനിടയുള്ള ശ്വാസം മുട്ടലിന്റെ കാഠിന്യം ഓക്സിജന്റെ അളവിനനുസരിച്ച് ആകണമെന്നില്ല. ദിശാബോധം നഷ്ടപ്പെട്ട് കൃത്രിമമായ മാർഗ്ഗങ്ങളിലൂടെ മരണത്തെ വലിച്ചുനീട്ടി ദുരിതം അനുഭവിപ്പിക്കുന്നതിനേക്കാൾ ഭേദം വീട്ടിൽ നിന്ന് പരിചരണം കൊടുത്തുകൊണ്ടുള്ള ശാന്തമായ മരണമല്ലേ?.

എന്തൊക്കെ പറഞ്ഞാലും ഉറ്റവരുടെയും ഉടയവരുടെയും ആയുസ്സ് ഒരു ദിവസമെങ്കിലും നീട്ടിക്കിട്ടാൻ പ്രാർത്ഥിക്കാത്തവർ, ആഗ്രഹിക്കാത്തവർ ആരുണ്ട്.? ആശുപത്രിയിൽ എത്തിച്ചിരുന്നുവെങ്കിൽ രക്ഷപ്പെടുമായിരുന്നു എന്ന കുറ്റബോധവും പിന്നാലെ കൂടും. എന്നാൽ എനിക്ക് ആശുപത്രിയിൽ വച്ച് മരിക്കേണ്ട എന്ന് പറയുന്ന രോഗികളും ഉണ്ട്. ചികിത്സയുടെ കാര്യത്തിൽ അന്തിമമായ തീരുമാനമെടുക്കാനുള്ള അവകാശം രോഗിക്ക് വിട്ടുകൊടുക്കണം. എന്നാൽ അവരുടെ ആഗ്രഹത്തിന് ഒരു വിലയും അവസാന നിമിഷത്തിൽ പോലും കൊടുക്കാറില്ല.

എന്റെ അമ്മ മരിക്കുന്നതിന് മാസങ്ങൾക്ക് മുമ്പ് തന്നെ എനിക്ക് ആശുപത്രിയിൽ വച്ച് മരിക്കേണ്ട എന്ന് എന്നോട് പറഞ്ഞിരുന്നു. ഒരു പാലിയേറ്റീവ് വളണ്ടിയറായ എനിക്കറിയാം ഐ.സി.യുവിലെ ദുരവസ്ഥ. അതുകൊണ്ട് തന്നെ എന്റെ മടിയിൽ കിടത്തി വെള്ളം കൊടുത്ത് സമാധാനത്തോടെ എന്റെ അമ്മയെ യാത്രയാക്കാൻ കഴിഞ്ഞതിൽ എനിക്ക് കൃതാർത്ഥതയുണ്ട്. പാലിയേറ്റീവ് രംഗത്ത് ഞാൻ വന്നില്ലായിരുന്നെങ്കിൽ എന്റെ അമ്മയുടെ ആഗ്രഹത്തിന് എതിരായി ഞാനും പ്രവർത്തിച്ചേനെ. പാലിയേറ്റീവ് വളണ്ടിയർമാർ മരണസമയത്ത് കുടുംബാംഗങ്ങൾക്ക് സ്നേഹവും സാന്നിദ്ധ്യവും കൊണ്ട് ധൈര്യവും ആശ്വാസവും പകരുന്നു. മരണാനന്തരം അവരുടെ ദു:ഖത്തിൽ പങ്ക്ചേരുകയും ചെയ്യുന്നു. ഉറ്റവരെ നഷ്ടപ്പെടുമ്പോൾ അസഹനീയമായ ദു:ഖത്തിന്റെ കടലിൽ കുറ്റബോധമൊ വിഷാദമൊ ഒറ്റപ്പെടലൊ മറ്റ് ജീവിതഭാരങ്ങളൊ താങ്ങാനാകാതെ വിഷമിക്കുന്ന ഒട്ടേറെ പേർ ഈ സമൂഹത്തിലുണ്ട്. ക്ഷണികമായ ഈ ജീവിതത്തിൽ കഷ്ടപ്പെടുന്നവരെ സഹായിക്കാനും സ്നേഹിക്കുവാനുമുള്ള മനസ്സും, ദൈന്യത കാണാനുള്ള കണ്ണും എല്ലാവർക്കും ഉണ്ടാകട്ടെ. അന്നമായും, വസ്ത്രമായും, മരുന്നായും സ്നേഹമായും, സാന്ത്വനമായും കഷ്ടപ്പെടുന്നവരോടൊപ്പം ഒന്നിക്കാം. നല്ല നാളേക്കായുള്ള ഒരു തിരി കൊളുത്താൻ ഏവർക്കും സാധിക്കട്ടെ

ജീവിതനൈരാശ്യം

മുറിയിൽ അയാൾ തനിച്ചായിരുന്നു. എന്നാൽ പൂർണ്ണമായും തനിച്ച് എന്ന് പറയാനും കഴിയില്ല. അയാൾക്ക് ഒരുപാട് പഴയ ദു:ഖ സ്മരണകൾ കൂട്ടിനുണ്ടായിരുന്നു. ഓർമ്മിക്കാൻ ഇഷ്ടപ്പെടാത്ത ചില ചിന്തകൾ. രാജൻ കിടക്കുന്ന തൊട്ടടുത്ത മുറിയിൽ കാൻസർ രോഗിയായ വയസ്സായ അമ്മ. സ്കൂളിൽ പഠിക്കുന്ന രണ്ട് കുട്ടികൾ. വീടെടുത്ത വകയിലും മറ്റുമായി രാജന് ഒരുപാട് കടബാധ്യത വന്നു. അതിൽ നിന്നൊക്കെ രക്ഷപ്പെടാനായി രാജൻ കണ്ടുപിടിച്ച എളുപ്പവഴിയായിരുന്നു കൂട്ട ആത്മഹത്യ. ഓടിവരുന്ന വണ്ടിക്ക് മുന്നിലേക്ക് രണ്ട് പെൺമക്കളെയും ഭാര്യയെയും കൊണ്ട് ചാടി. ഇത് കണ്ട് ആരോ ചങ്ങലവലിച്ച് വണ്ടിനിർത്തിയെങ്കിലും അപ്പേഴേക്കും ഒരുമകൾ വണ്ടിക്കടിയിൽപ്പെട്ട് ചതഞ്ഞരഞ്ഞുപോയി. മരണത്തിൽ നിന്ന് രക്ഷപ്പെട്ട രാജനും കുടുംബവും നീറി നീറി ജീവച്ഛവങ്ങളായി കഴിയുന്നു. ആയിടക്ക് രാജന് സ്ട്രോക്ക് വന്നു. സംസാരശേഷിയും ചലനശേഷിയും നഷ്ടപ്പെട്ടു. കൂടെ ശയ്യാവ്രണവും വന്ന് കിടക്കുന്ന രാജന്റെ കിടപ്പ് ആരെയും സങ്കടപ്പെടുത്തും. അന്നത്തെ ഹോംകെയറിന് ആംബുലൻസ് ഓടിച്ചിരുന്നത് കാരുണ്യ പാലിയേറ്റീവ് വളണ്ടിയറായ എന്റെ മകൻ സുധിരനാണ്. രാജന്റെ അസാധാരണമായ കദനകഥകൾ കേട്ട് മനസ്സലിഞ്ഞ സുധീരൻ ചികിത്സാസഹായമായി ചെറിയൊരു തുക അയാൾക്കപ്പോൾ തന്നെ നൽകി. സൗജന്യമായി എത്തിച്ചു കൊടുക്കുന്ന മരുന്നും, ഭക്ഷണകിറ്റും ആ കുടുംബത്തിന് ഏറെ ആശ്വസകരമായിരുന്നു. കിടക്കുമ്പോൾ ധരിക്കാൻ പറ്റിയ ഡ്രസ്സും വീൽ ചെയറും എത്തിച്ചുകൊടുത്തു.

രാജന്റെ ഭാര്യക്ക് ഒരു കോ-ഓപ്പറേറ്റീവ് സൊസൈറ്റിയുടെ കീഴിൽ ഡെയ്‌ലി കലക്ഷന് പോയി കമ്മീഷൻ ഇനത്തിൽ കിട്ടുന്ന തുച്ഛമായ തുക മാത്രമാണ് ആ കുടുംബത്തിന്റെ ആകെ വരുമാനം. രോഗിയായ അമ്മയുടെ മരണത്തോടെ രാജന്റെ ഏകാന്തതക്ക് കനം കൂടി. മിക്ക ദിവസങ്ങളിലും ഞങ്ങൾ ഹോം കെയറിന് പോകുമ്പോൾ വാതിൽ പുറത്ത് നിന്നും ചാരിയിട്ടുണ്ടാകും. ഞങ്ങൾ അകത്ത് കടന്ന് വെള്ളം കുടിക്കാൻ കൊടുത്ത് മൂത്രവും ഒഴിപ്പിച്ച് കിടത്തുമായിരുന്നു. രാജനു

മായി സംസാരിച്ച് കുറെ സമയം അവിടെയിരിക്കും. ഏകനായി കഴിഞ്ഞുകൂടേണ്ടിവരുന്ന രാജൻ ആംഗ്യഭാഷയിൽ ചില കാര്യങ്ങളൊക്കെ ഞങ്ങളോട് സംസാരിക്കാൻ ശ്രമിച്ചിരുന്നു.

ഇതുപോലെ എത്രയൊ രോഗികൾ പകൽ സമയം മുഴുവൻ ഒറ്റക്ക് കഴിയേണ്ടി വരുന്നതായി ഞങ്ങൾ ഹോംകെയറിന് പോയപ്പോൾ കാണാൻ കഴിഞ്ഞിട്ടുണ്ട്. ഇതിന് കുടുംബാഗങ്ങളെ കുറ്റപ്പെടുത്തിയിട്ട് ഒരുകാര്യവുമില്ലല്ലൊ. പലരും ഒറ്റപ്പെടുന്നത് പ്രത്യേക സാഹചര്യം കൊണ്ടാണ്.

റോഡ് ആക്സിഡന്റിൽ വളരെ ഗുരുതരമായി പരിക്കേറ്റ് കിടക്കുന്ന ചെങ്ങൽത്തടത്തിലെ അസീസിന്നെക്കുറിച്ച് അറിയാനിടയായി. മംഗലാപുരം യൂണിറ്റി ആശുപത്രിയിൽ നിന്ന് രണ്ടുതവണ മേജർ ശസ്ത്രക്രിയക്ക് ശേഷവും സ്വബോധം തിരിച്ചുകിട്ടാത്ത അസീസിന് മൂന്നാമത്തെ ശസ്ത്രക്രിയയോടു കൂടി ബോധം കിട്ടി. ഉദാരമതികളുടെ സഹായം കൊണ്ടാണ് ചികിത്സിക്കുള്ള ഭാരിച്ച പണം കണ്ടെത്തിയത്. തുടർന്ന് മറ്റുള്ളവരിൽ നിന്നും സഹായം കിട്ടാതെയായി. നിത്യവൃത്തിക്കുപോലും വക കണ്ടെത്താൻ കഴിയാതിരുന്നപ്പോൾ അസീസിനെ തനിച്ച് വീട്ടിലാക്കി ഉമ്മയും ഭാര്യയും വീട്ടുജോലിക്കും കൂലിപ്പണിക്കും പോകാൻ തുടങ്ങി. ചെങ്ങൽത്തടത്തിൽ ഒരു ക്ലബ്ബിൽ വെച്ച് നടത്തപ്പെട്ട ഒരു ആരോഗ്യ വിദ്യാഭ്യാസ ക്ലാസ്സിൽ പോയപ്പോഴാണ് അസീസിനെക്കുറിച്ചറിയുന്നത്. ചെങ്ങൽത്തടത്തിലെ വാർഡ് മെമ്പറാണ് അസീസിന്റെ നിസ്സഹായാവസ്ഥയെക്കുറിച്ച് പറഞ്ഞത്. വളണ്ടിയർ

ശാന്തയെയും കൂട്ടി അസീസിന്റെ വീട്ടിൽ ചെന്നു. ബോധമുണ്ടെങ്കിലും ആളെ തിരിച്ചറിയുകയൊ കാര്യങ്ങൾ പറയാനൊ അസീസിന് കഴിയുന്നില്ല. തറയിൽ ഒരുപായയിൽ കിടക്കുന്ന അസീസിനെ കണ്ടപ്പോൾ ഞങ്ങൾ വല്ലാതെയായി.

അസീസിന്റെ ചികിത്സ തുടരാനാവാത്ത സാഹചര്യം അവർ വ്യക്തമാക്കി. ആദ്യമൊക്കെ ടാക്സി പിടിച്ചാണ് മംഗാലാപുരത്തേക്ക് പോയിരുന്നത്. ഉപജീവിനത്തിനു പോലും വകയില്ലാതായപ്പോൾ ചികിത്സമുടങ്ങി. അടുത്ത ദിവസം തന്നെ വളണ്ടിയർമാർ എല്ലാവരും കൂടി സ്വരൂപിച്ച ഒരു തുക കുടുംബത്തെ ഏൽപ്പിച്ചു. തീവണ്ടിയിൽ അംഗപരിമിതർക്കുള്ള കമ്പാർട്ടുമെന്റിൽ അസീസിനെ കയറ്റി മംഗലാപുരത്തേക്ക് പോകാനുള്ള ഏർപ്പാടുകൾ ചെയ്തുകൊടുത്തു. അങ്ങനെ മുടങ്ങിപ്പോയ ചികിത്സ തുടർന്നു. കുറെനാളത്തെ ചികിത്സക്ക് ശേഷം അസീസിന് ഒറ്റക്ക് എഴുന്നേറ്റ് നിൽക്കാനും ചെറുതായി നടക്കാനുമായി. തക്കസമയത്തുള്ള ഞങ്ങളുടെ ചെറിയ സഹായം ചികിത്സമുടങ്ങിക്കിടന്ന അസീസിന്റെ കുടുംബത്തിന് ഏറെ സഹായകമായെന്ന് പിന്നീട് അവർ പറഞ്ഞറിഞ്ഞു. ഒരു ദിവസം ഹോം കെയറിന് പോയപ്പോൾ അസീസിന്റെ വീട്ടിലും പോയി. അസീസിനെ വളരെ ഉന്മേഷവാനായി കാണാൻ കഴിഞ്ഞതിലുള്ള ഞങ്ങളുടെ സന്തോഷം പറഞ്ഞറിയിക്കുന്നതിലും അധികമായിരുന്നു. അസിസിന്റെ ഉമ്മ പറഞ്ഞു. 'ടീച്ചറെ, നിങ്ങളൊക്കെ ചെയ്ത് തന്ന സഹായത്തിന് പടച്ചോൻ കൂലിതരും.'

പകൽ സമയങ്ങളിൽ ഒറ്റക്ക് കഴിയേണ്ടി വരുന്ന രോഗികളെ സംരക്ഷിക്കാനുള്ള 'പകൽ വീട്' എന്ന ഞങ്ങളുടെ സ്വപ്നം എന്ന് സഫലമാകുമെന്നറിയില്ല.

മാതൃദു:ഖം

കെട്ടിടനിർമ്മാണ തൊഴിലാളിയായ രവിക്ക് അവിവാഹിതരായ രണ്ട് സഹോദരിമാരും വൃദ്ധയായ മാതാവും ഉണ്ട്. ഒരു ദിവസം ജോലിചെയ്തു കൊണ്ടിരിക്കേ രവി കാൽതെറ്റി താഴേക്ക് വീണു. സുഷുമ്ന നാഡിയടക്കം നട്ടെല്ലിനേറ്റ ക്ഷതം കാരണം അനങ്ങാൻ പോലും കഴിയാതെ മംഗലാപുരം, മണിപ്പാൽ, പയ്യന്നൂർ സഹകരണ ആശുപത്രി, പരിയാരം ഗവൺമെന്റ് മെഡിക്കൽകോളേജ് എന്നിവിടങ്ങളിൽ മാറി മാറി ചികിത്സയും ശസ്ത്രക്രിയകളും നടത്തിയെങ്കിലും നേരെ കിടക്കാനോ എഴുന്നേൽക്കാനോ കഴിയാതെ ഒരേ കിടപ്പിലായിരുന്നു രവി. ഇടയ്ക്കിടെ ആംബുലൻസിൽ കിടത്തി ആശുപത്രിയിൽ എത്തിക്കേണ്ടതായും വന്നു. ഒരു സഹോദരി രവിയെ ശ്രുശ്രൂഷിക്കാനായി വീട്ടിൽ തന്നെ. ഒരാൾ ജോലി ചെയ്ത് കിട്ടുന്ന കാശ്കൊണ്ടാണ് ചികിത്സയും നിത്യചെലവും കണ്ടെത്തിയിരുന്നത്. എല്ലാം വിറ്റുപൊറുക്കി ചികിത്സ ചെയ്ത് ഒടുവിൽ ദാരിദ്ര്യത്തിന്റെ പടുകുഴിയിൽ അകപ്പെട്ടു ആ കുടുംബം. എന്നാൽ ദാരിദ്ര്യവും ഇല്ലായ്മയും വല്ലായ്മയുമൊന്നും അവർ പുറത്ത് കാട്ടിയിരുന്നില്ല. രവി ഒരിക്കൽ എന്നോട് പറഞ്ഞു. എഴുന്നേറ്റ് നിൽക്കാൻ കഴിയുമായിരുന്നെങ്കിൽ എന്നേ ഞാനെന്റെ ജിവൻ ഒടുക്കിയിട്ടുണ്ടാകുമായിരുന്നു. രവിയുടെ അമ്മ ഇടയ്ക്കിടെ ഞങ്ങളോട് പറയും മോൻ ഒന്നും കഴിക്കുന്നില്ല. ഞങ്ങൾ ചോദിക്കുമ്പോഴൊക്കെ 'വിശപ്പില്ല ടീച്ചറെ' എന്നാണ് പറയുക. ഒരു ദിവസം ഞങ്ങൾ അടുക്കളയിൽ ചെന്നു കുറച്ച് കട്ടൻ ചായ വേണമെന്ന് പറഞ്ഞു. വെള്ളം അടുപ്പത്ത് വെച്ചിട്ട് രവിയുടെ സഹോദരി അടുത്ത വീട്ടിലേക്കോടി ആ സമയം ഞങ്ങൾ എല്ലാ പാത്രങ്ങളും തുറന്നു പരിശോധിച്ചു. ചായയിലിടാൻ പഞ്ചസാരക്കാണ് അവർ പോയത്. ആ വീട്ടിൽ ഒരു സാധനവും ഇല്ലായിരുന്നു. ഒരു ചെറിയ പാത്രത്തിൽ ഒരുപിടിച്ചോറും തലേദിവസത്തേതാണെന്ന് തോന്നുന്നു. കുറച്ച് മീൻകറിയും. രോഗി ഭക്ഷണം കഴിക്കാത്തത് വിശപ്പില്ലാഞ്ഞിട്ടല്ല എന്ന് ഞങ്ങൾക്ക് മനസ്സിലായി. വിശപ്പിന്റെ വിളി ഞങ്ങൾക്ക് അന്നാണ് കേൾക്കാൻ കഴിഞ്ഞത്. ഉടനെതന്നെ ഞങ്ങ

ളുടെ കൂട്ടത്തിലുള്ള വളണ്ടിയർമാർ പഴയങ്ങാടിയിൽ പോയി ഒരു മാസത്തേക്കുള്ള എല്ലാ സാധനങ്ങളും ഞങ്ങളുടെ ആംബുലൻസിൽ കൊണ്ടുവന്നു കുടുംബത്തെ ഏൽപ്പിച്ചു. അതുവരെ ഓണം, ബക്രീദ് തുടങ്ങിയ ആഘോഷാവസരങ്ങളിൽ മാത്രമാണ് പുതുവസ്ത്രങ്ങളും ഭക്ഷണകിറ്റുകളും നൽകിയിരുന്നത്. ഭക്ഷണത്തിന് പോലും വകയില്ലാത്ത എത്രയോ കുടുംബങ്ങൾ നമ്മുടെ സമൂഹത്തിലുണ്ടെന്ന തിരിച്ചറിവ് ഞങ്ങൾക്കുണ്ടായത് അന്നുതൊട്ടാണ്.

ഒരു കുടുംബത്തിലെ അംഗത്തെപ്പോലെയാണ് രവിയുടെ ഞങ്ങളോടുള്ള പെരുമാറ്റം. രണ്ടാഴ്ച കഴിഞ്ഞ് ഒരിക്കൽ ഹോംകെയറിന് ചെന്നപ്പോൾ രവി കരഞ്ഞുകൊണ്ടാണ് പരിഭവം അറിയിച്ചത്. രവിയുടെ വീട്ടിൽ ഇടയ്ക്കിടെ പോകണം. ഇല്ലെങ്കിൽ പിണങ്ങി മിണ്ടാതെ കിടക്കും. ടീച്ചറെ എനിക്ക് സദ്യക്കുണ്ടാക്കുന്ന നാരങ്ങാക്കറി വേണം എന്ന് പറഞ്ഞു. ഞാൻ നാരങ്ങാക്കറി കൊണ്ടുകൊടുത്തു. ഹോം കെയറിന് പോയപ്പോൾ നാരങ്ങാക്കറിയുടെ രുചിയെപ്പറ്റി പറഞ്ഞുകൊണ്ടേയിരിക്കും. നാരങ്ങാക്കറിയുടെ മണം ഇന്നും പോയിട്ടില്ലെന്ന് എപ്പോഴും രവി പറയുമായിരുന്നു.

മെഡിക്കൽ ബോർഡിന്റെ ഡിസേബിലിറ്റി സർട്ടിഫിക്കറ്റും മറ്റുരേഖകളും ഹാജരാക്കിയാൽ രവിക്ക് ക്ഷേമനിധിയിൽ നിന്ന് ഒരു ലക്ഷം രൂപവരെ സഹായധനം കിട്ടുമെന്ന് മനസ്സിലാക്കിയ ഞങ്ങൾ രവിയെ ആംബുലൻസിൽ കണ്ണൂർ താണയിൽ വെച്ച് നടത്തുന്ന മെഡിക്കൽ ക്യാമ്പിൽ എത്തിച്ചു. സംസാരശേഷി ഒഴികെ ബാക്കിയെല്ലാം അവതാളത്തിലായ രവിയെ ബോർഡിലെ ഡോക്ടർമാർ ആംബുലൻസിൽ വച്ച് തന്നെ പരിശോധിച്ചു. അറുപത് ശതമാനം ഡിസേബിലിറ്റി എന്ന് രേഖപ്പെടുത്തിയാണ് മെഡിക്കൽ ബോർഡ് സർട്ടിഫിക്കറ്റ് തന്നത്. നൂറുശതമാനവും ഡിസേബിലിറ്റിയുള്ള രോഗിയായിരുന്നു രവി. 80 ശതമാനമെങ്കിലും രേഖപ്പെടുത്തിയിരുന്നെങ്കിൽ ലേബർ ഡിപ്പാർട്ടുമെന്റ് മുഖേന ഒരു ലക്ഷം രൂപ കിട്ടുമായിരുന്നു. ഞാൻ ഇക്കാര്യം ഡോക്ടറോട് സംസാരിച്ചു. 'എനിക്കൊന്നും ചെയ്യാൻ കഴിയില്ല. എന്റെ ജോലി പോകും. മെഡിക്കൽ ബോർഡ് കൂട്ടായി എടുത്ത തീരുമാനമാണ്' എന്നാണ് ഡോക്ടർ പറഞ്ഞത്. എന്റെ വിഷമം കണ്ടിട്ടാവണം ഒരധ്യാപികയുടെ മകളായ സൂപ്രണ്ട് മാഡം പറഞ്ഞു. ടിച്ചർ വിഷമിക്കാതിരിക്ക് അടുത്ത മെഡിക്കൽ ബോർഡ് ചേരുമ്പോൾ രോഗിയെ കൊണ്ടുവരു അപ്പോൾ നമുക്ക് ശരിയാക്കാം. ഫോൺ നമ്പർ തന്നിട്ട് അവരെ ഫോണിൽ വിളിക്കാനും പറഞ്ഞു. പിന്നീട് ഒരുപാട് തവണ മെഡിക്കൽ ബോർഡ്

ചേരുകയും പല രോഗികൾക്കും ഡിസേബിലിറ്റി സർട്ടിഫിക്കറ്റ് ലഭ്യമാക്കി കൊടുക്കാനും പെൻഷൻ വാങ്ങികൊടുക്കാനും കഴിഞ്ഞെങ്കിലും രവിയുടെ കാര്യത്തിൽ ഒന്നും ചെയ്യാൻ കഴിഞ്ഞില്ല. ഇന്നും ഓർക്കുമ്പോൾ സങ്കടം തോന്നാറുണ്ട്.

കഠിന വേദനയും പിടിവാശിയുമുള്ള രവി രണ്ടാമതൊരു ക്യാമ്പിൽ വരാൻ കൂട്ടാക്കിയില്ല. അന്ന് ആംബുലൻസിൽ കിടന്നപ്പോഴുണ്ടായ ശരീര വേദന ഇതുവരെ മാറിയിട്ടില്ല ടീച്ചറെ. ഞാൻ എത്ര നിർബന്ധിച്ചിട്ടും രവി കൂട്ടാക്കിയില്ല. ഞങ്ങൾ കൊടുത്ത അപേക്ഷയുടെ അന്വേഷണത്തിനായി കണ്ണൂർ ജില്ലാക്ഷേമനിധി ഓഫീസർ രവിയുടെ വീട്ടിൽ വന്നു. രവിക്ക് അപകടം പറ്റിയ വെങ്ങരയിലുള്ള കെട്ടിടം നേരിൽ കണ്ടു കാര്യങ്ങളൊക്കെ പരിശോധിച്ചു. വീട്ടുടമയുടെയും ഒന്നിച്ച് പണിയെടുത്തവരുടെയും സ്റ്റെയ്റ്റുമെന്റുകൾ എഴുതി വാങ്ങി. ഞങ്ങളും ക്ഷേമനിധി ആഫീസറുടെ കൂടെ ഉണ്ടായിരുന്നു.

ക്ഷേമനിധി ഓഫീസർ അന്വേഷണ റിപ്പോർട്ട് സത്യസന്ധമായി രവിക്ക് അനുകൂലമായി തിരുവനന്തപുരത്തെത്തിച്ചുവെങ്കിലും അത് അവിടെ ചുവപ്പു നാടയിൽ കുടുങ്ങിക്കിടക്കുന്നതിനാൽ മരിക്കുന്നതിന് മുമ്പ് ക്ഷേമനിധിയിൽ നിന്നുള്ള സാമ്പത്തിക സഹായം രവിക്ക് കിട്ടാതെ പോയി. അധികൃതരുടെ അനാസ്ഥമൂലം അർഹതപ്പെട്ട പല ആനുകൂല്യങ്ങളും പലർക്കും കിട്ടാതെ പോകുന്നു. ഇതൊക്കെ ആരറിയാൻ? പരസഹായമില്ലാതെ പുത്രദു:ഖത്തിൽ മനംനൊന്ത് കഴിയുന്ന അമ്മയെ ചിലപ്പോഴെക്കെ ഞങ്ങൾ ചെന്ന് കണ്ട് സമാശ്വസിപ്പിക്കാറുണ്ട്. വല്ലപ്പോഴും ഭക്ഷണകിറ്റോ മറ്റ് ചെറിയ സഹായങ്ങളൊ എത്തിച്ചുകൊടുക്കാറുണ്ട്. ആ കുടുംബം അനാഥമായി. ആ മാതൃദു:ഖത്തിന് എന്നാണ് ഒരു അറുതി?

കൃതാർഥത

സാന്ത്വന പരിചരണ പ്രവർത്തനം തുടങ്ങിയ ആദ്യഘട്ടം ഏഴോം ബോട്ടുകടവിനടുത്തുള്ള ഒരു കടുംബം അനുഭവിച്ചുകൊണ്ടിരിക്കുന്ന ദുരിതം മനസ്സിലാക്കി ഞങ്ങൾ വളണ്ടിയർമാർ അവിടെ ചെന്നു. രോഗിയായ ഗൃഹനാഥൻ രണ്ടുപെൺമക്കൾ, വീടില്ലാത്തതിനാൽ ചെമ്മീൻ ചാപ്പയിലാണ് അന്തിയുറക്കം. കാലിന്റെ പെരുവിരലും അടുത്ത രണ്ടു വിരലുകളും ഷുഗർ കൂടിയാണെന്നും പറഞ്ഞ് രണ്ടുതവണകളായി മുറിച്ചുമാറ്റേണ്ടിവന്നു. വിദഗ്ദ്ധ ചികിത്സക്കായി ഡോക്ടർ കുറിച്ചു നൽകിയെങ്കിലും പണമില്ലെന്ന കാരണം പറഞ്ഞ് ചികിത്സക്ക് പോകാൻ കൂട്ടാക്കിയില്ല. അവർക്ക് വാശിയും കൂടുതലാണെന്ന് വേണം കരുതാൻ. കാരുണ്യ പാലിയേറ്റീവിന്റെ രക്ഷാധികാരി ഗോവിന്ദൻ മാസ്റ്ററുടെ സ്നേഹപൂർണ്ണമായ ഉപദേശത്തിന് ഫലമുണ്ടായി. അദ്ദേഹത്തിന്റെ ഫയലുകൾ പരിശോധിച്ചപ്പോഴാണ് കാൻസർ ടെസ്റ്റ് നടത്തണമെന്ന് ഡോക്ടർ എഴുതിയിട്ടുണ്ടെന്ന് മനസ്സിലായത്. അവരെ കാൻസർ സെന്റിലെത്തിച്ചു. ഞാനും രോഗിയോടൊപ്പം പോയിരുന്നു. നേരത്തെ പരിചയമുള്ള കാൻസർ സെന്ററിലെ ഡോക്ടറുമായി ബന്ധപ്പെട്ടു. പരിശോധനയിൽ കാൻസറാണെന്ന് മനസ്സിലായി. അന്ന് തന്നെ രോഗിയെ അവിടെ അഡ്മിറ്റ് ചെയ്തു. കാൽമുട്ടിന് താഴെ മുറിച്ച് മാറ്റേണ്ടിവന്നു. സുഖമായി തിരിച്ചുവന്നു. താമസം പഴയ ചെമ്മീൻ ചാപ്പയിൽ തന്നെ. കാരുണ്യ പാലിയേറ്റീവ് വളണ്ടിയർമാർ എത്തിച്ചു കൊടുത്ത തോളിൽ സപ്പോർട്ട് കൊടുത്തുള്ള രണ്ട് (സ്ട്രച്ചസ്സ്) വെച്ച് നടക്കാൻ തുടങ്ങി. സ്ട്രച്ചസ്സിന്റെ സഹായത്താൽ പുറത്തിറങ്ങാൻ തുടങ്ങിയതോടെ പല ദുശ്ശീലങ്ങളും (പുകവലി, കുടി) ആവർത്തിക്കാൻ തുടങ്ങി. ചെക്കപ്പിന് പോയപ്പോൾ ഡോക്ടറും, ഹോം കെയറിന് പോകുമ്പോഴെക്കെ ഞങ്ങളും ദുശ്ശീലങ്ങൾ നിർത്തുവാൻ പറഞ്ഞിരുന്നു. ലഹരിവസ്തുക്കളുടെ അടിമയായതോടെ രോഗം വീണ്ടും തലപൊക്കുകയും ക്രമേണ മൂർച്ഛിക്കുകയും ചെയ്തു. രണ്ട് പെൺമക്കളേയും ഭാര്യയെയും അനാഥരാക്കി അയാൾ കടന്നുപോയി.

അടച്ചുറപ്പില്ലാത്തതും സുരക്ഷിതമല്ലാത്തതുമായ ചെമ്മീൻ ചാപ്പയിൽ രണ്ടുപെൺമക്കളെയും കൊണ്ടുള്ള താമസം. ജീവിതം വഴിമുട്ടി നിൽക്കുന്ന അവസ്ഥ. ഉപജീവനത്തിനുപോലും വഴിയില്ല. വീടിന്റെ പണിപാതിവഴിയിൽ എന്ത് ചെയ്യണമെന്നറിയാതെ സങ്കടക്കടലിൽ പെട്ട്പോയ വിധവയായ ഉമ്മയും അവിവാഹിതകളായ രണ്ട് പെൺമക്കളും. വീട് പണി എങ്ങനെയെങ്കിലും പൂർത്തിയാക്കണം. പലവാതിലുകളും മുട്ടിനോക്കി, ഫലമുണ്ടായില്ല. ഒടുവിൽ മലബാർഗോൾഡിന്റെ കോഴിക്കോട്ടുള്ള ചാരിറ്റബിൾ ട്രസ്റ്റുമായി ബന്ധപ്പെട്ടു. കുടുംബത്തിന്റെ നിസ്സഹായാവസ്ഥ അവർക്ക് ബോധ്യമായി. അങ്ങനെ വീടിന്റെ പണി പൂർത്തികരിക്കാനാവശ്യമായ കമ്പി, സിമന്റ്, പൂഴി എന്നിവ അവർ ലഭ്യമാക്കിക്കൊടുത്തു. വേറെയും ചിലർ സാമ്പത്തിക സഹായം നൽകുകയുണ്ടായി. വീടിന്റെ പണി മഴക്ക് മുമ്പെ പൂർത്തിയാക്കുകയും ചെമ്മീൻ ചാപ്പയിൽ നിന്ന് ആ കുടുംബം പുതിയ വീട്ടിലേക്ക് താമസം മാറ്റുകയും ചെയ്തു. തക്കസമയത്ത് നിരാശയിലാണ്ടുപോയ കുടുംബത്തെ സഹായിക്കാൻ കഴിഞ്ഞതിലുള്ള സന്തോഷവും ചാരിതാർത്ഥ്യവും ചെറുതല്ല.

വിവാഹപ്രായമെത്തിയ പെൺകുട്ടികളുടെ കല്യാണം നടത്താൻ കഴിയാതെ ആധിപിടിച്ച വിധവയായ അമ്മ. താമസിക്കുന്ന വീടൊഴിച്ച് മറ്റ് വസ്തുവകകൾ ഒന്നുമില്ല. അവരുടെ പ്രയാസങ്ങൾ പലപ്പോഴും ഞാനുമായി പങ്കുവെക്കാറുണ്ട്. പലഭാഗത്തുനിന്നും കല്യാണ ആലോചനകൾ വന്നുവെങ്കിലും ഒന്നും ഒത്തുകിട്ടിയില്ല. സ്ത്രീധനത്തിന്റെ

പേരിൽ അകന്നുപോകുന്നു. സ്ത്രീധനം വാങ്ങാതെ കല്യാണം കഴിക്കാൻ തയ്യാറുള്ളവരെ കണ്ടെത്താനുള്ള ശ്രമത്തിലാണ് ഞാനടക്കമുള്ള പാലിയേറ്റീവ് വളണ്ടിയർമാർ. സ്ത്രീധനം വാങ്ങാതെ കല്യാണം കഴിക്കാൻ തയ്യാറുള്ളവരെ കണ്ടെത്താൻ കഴിയുമെന്ന ശുഭാപ്തി വിശ്വാസത്തിലാണ് ഞങ്ങളും

കാണാപ്പുറങ്ങൾ

'കണ്ടത് കേട്ടത് ചൊല്ലല്ലേ. കണ്ണേ കാതേ നമസ്കാരം' എനിക്ക് അന്ന് ഏഴോ എട്ടോ വയസ്സ് കാണും. എന്റെ അമ്മൂമ്മ ഒരു കുരങ്ങന്റെ കണ്ണ്പൊത്തിയ, കാത്പൊത്തിയ, വായപൊത്തിയ ചിത്രവും കാണിച്ചുതന്ന് പറഞ്ഞതാണിത്. ആ ചിത്രവും അമ്മൂമ്മ പറഞ്ഞുതന്ന കാര്യവും എന്റെ മനസ്സിൽ ഇന്നും മായാതെ നിൽക്കുന്നു. ചില കാര്യങ്ങൾ കണ്ടില്ലെന്ന് നടിക്കണം. കേട്ടില്ലെന്ന് വെക്കണം. മറ്റുള്ളവർക്ക് അപ്രിയം തോന്നുന്ന സത്യങ്ങൾ ഒരിക്കലും പറയരുത്. അതുകൊണ്ടു തന്നെ എന്റെ ജീവിതത്തിലെ നേർക്കാഴ്ചകളിൽ പല കാര്യങ്ങളും കണ്ടില്ലെന്ന് നടിച്ച് മറച്ചുവെച്ചിട്ടുണ്ട്. എനിക്കോ അതുകൊണ്ട് ഒരു ഗുണവും ഇല്ല. പിന്നെ എന്തിനാണ് ഞാൻ പറയുന്നത്? എന്നാൽ ഇപ്പോൾ എനിക്ക് തോന്നുന്നത് ഇതുപോലുള്ള അനുഭവങ്ങൾ, ബുദ്ധിമുട്ടുകൾ ഇനിയങ്ങോട്ട് മറ്റുള്ളവർക്ക് ഉണ്ടാവാതിരിക്കാൻ വേണ്ടിയെങ്കിലും തെറ്റ് തിരുത്താനുള്ള അവസരം നൽകിക്കൊണ്ട് എല്ലാം തുറന്നു പറയേണ്ടേ?

ഞങ്ങളുടെ റൂട്ടിലോടുന്ന എല്ലാ ബസ്സിലും എപ്പോഴും നല്ല തിരക്കാണ്. സ്ത്രീകളാണ് കൂടുതലും. മുമ്പാണെങ്കിൽ സ്ത്രീകളുടെ

സീറ്റൊക്കെ ഒഴിഞ്ഞു കിടക്കാറുണ്ട്. ആസ്ഥിതിയൊക്കെ മാറി. സ്ത്രീകൾ സ്വയം മാറിയതോടെ മാർക്കറ്റിലും കടയിലുമെല്ലാം സ്ത്രീകളാണധികവും. പുരുഷന്മാരുടെ സീറ്റും സ്ത്രികൾ കയ്യടക്കിയ ഒരു ദിവസം ഞാൻ ബസ്സിൽ കയറിയപ്പോൾ സ്ത്രികളുടെ ഒരു സീറ്റിൽ ഒരമ്മയും ചെറിയ ക്ലാസിൽ രണ്ടിലോ മൂന്നിലോ പഠിക്കുന്ന മകളുമാണുണ്ടായിരുന്നത്. ഞാൻ അവരോട് കുറച്ച് ഒതുങ്ങിയിരിക്കാൻ പറഞ്ഞു. കുട്ടി വേഗം എഴുന്നേൽക്കാൻ നോക്കി. അമ്മ മകളെ ബലമായി സീറ്റിൽ പിടിച്ചിരുത്തി. ടിക്കറ്റെടുത്തിട്ടാണ് സീറ്റിൽ ഇരിക്കുന്നതെന്ന ഒരു കമന്റും ആ അമ്മ പാസ്സാക്കി. ഭാവിയിൽ ആ കുട്ടി സമൂഹത്തിൽ എങ്ങനെയാവും? ആ കുട്ടിയുടെ ഇളം മനസ്സിലുള്ള നന്മയുടെ ഉറവിടം വറ്റിച്ചതാരാണ്? നന്മയുടെയും സ്നേഹത്തിന്റെയും സാഹോദര്യത്തിന്റെയും വിത്ത് പാകേണ്ടവരല്ലേ അച്ഛനമ്മമാർ.?

ഒരിക്കൽ രോഗികളുടെ ചില സർട്ടിഫിക്കറ്റുകൾ അറ്റസ്റ്റ് ചെയ്യാൻ വേണ്ടി അവരെയും കൂട്ടി ഒരു ഓഫീസറുടെ മുന്നിൽ ചെന്നു. സാമാന്യ മര്യാദപോലും കാണിക്കാത്ത ഓഫീസർ. ഞാൻ അവിടുന്ന് മടങ്ങിവരുമ്പോൾ ഒരു വൃദ്ധയായ രോഗി വളരെ പാടുപെട്ട് ഓഫീസ് തിരക്കി മുകളിലോട്ട് കയറിവന്നു. ഇതേ ആവശ്യത്തിന് തന്നെ അവർ എന്നോട് ചോദിച്ചു. 'മോളെ ഇതെവിടുന്നാ ഒപ്പിട്ടു കിട്ടാ?' അവരെയും കൂട്ടി അതേ ഓഫീസറുടെ മുന്നിലേക്ക് ചെന്നു. 'ഇതെന്താ എല്ലാം ഇങ്ങോട്ട് തന്നെ കെട്ടിയെടുക്കുന്നത്? വേറെ എത്ര ഓഫീസുകളുണ്ട്?'

ചില സർക്കാർ ആശുപത്രികളിലെ സ്ഥിതിമറിച്ചല്ല. രോഗികളോടുള്ള ആശുപത്രി ജീവനക്കാരുടെ സമീപനം സൗഹാർദ്ദപരമല്ല. സർക്കാർ ആശുപത്രികളിലേക്ക് രോഗികൾ ചെല്ലാൻ മടിക്കുന്നതിന്റെ ഒരു കാരണവും ഇതാണ്. രോഗത്തെക്കുറിച്ച് അറിയാനുള്ള അവകാശം രോഗികൾക്കുണ്ട്. ഓരോ മരുന്നും ഏത് അസുഖത്തിനുള്ളതാണെന്ന് ഡോക്ടർ പറഞ്ഞുകൊടുക്കണം. ചില ഡോക്ടർമാരോട് ഒന്നും അങ്ങോട്ട് ചോദിച്ചുകൂടാ. ചോദിച്ചാൽ പിന്നെ പറയാനുമില്ല. അവർ പറയുന്ന തെറി നമ്മൾ കേൾക്കണം. സമൂഹത്തിലെ സാധാരണക്കാരായ നമ്മുടെയൊക്കെ കാശ് കൊണ്ടാണ് ഇവരൊക്കെ പഠിച്ച് ഡോക്ടർമാരായതെന്ന് അവർ ഓർക്കുന്നില്ല, അറിയുന്നില്ല. രോഗികളോടുള്ള സമിപനവും പെരുമാറ്റവും മരുന്നിനേക്കാളുപരി രോഗശാന്തി നൽകുമെന്നുള്ള കാര്യം ഈ ഡോക്ടർമാർ അറിഞ്ഞാൽ നന്ന്. ഇനിയൊന്നും ചെയ്തിട്ട് കാര്യമില്ലെന്ന് അറിഞ്ഞ് കൊണ്ട് തന്നെ ഐ.സി.യു.വിൽ കിടത്തി ഇടയ്ക്കിടെ മരുന്നു കുറിപ്പുകൾ പുറത്തേക്ക് നീട്ടി കൊടുക്കുകയും ചെയ്ത് ഭാരിച്ച സാമ്പത്തിക ബാധ്യതയും മാനസിക

പിരിമുറുക്കവും രോഗിയുടെ കുടുംബാംഗങ്ങൾക്ക് സമ്മാനിക്കുന്ന എത്രയോ സ്വകാര്യ ആശുപത്രികളും, ഭിഷഗ്വരന്മാരും ഉണ്ട്.

ആജീവനാന്തം ഭാരിച്ച ചികിത്സാ ചെലവുള്ള ഒരു രോഗമാണ് വൃക്ക രോഗം. അനുദിനം വൃക്കരോഗികളുടെ എണ്ണം കൂടിവരികയാണ്. ഡയാലിസീസ് കേന്ദ്രങ്ങളുടെ എണ്ണം പരിമിതമാണ്താനും. ചില ചികിത്സാ സഹായങ്ങളും വാഗ്ദാനങ്ങളും ഉണ്ടെങ്കിലും പാവപ്പെട്ട വൃക്കരോഗികൾ ജീവൻ നിലനിർത്താൻ പെടാപാട്പെടുകയാണ്. നരകയാതന അനുഭവിക്കുന്ന ഇത്തരം രോഗികളെ സമൂഹം നീരസത്തോടെ നോക്കിക്കാണുന്നു. ഈ ജന്മത്തിലല്ലെങ്കിൽ കഴിഞ്ഞ ജന്മത്തിലെങ്കിലും എന്തോ പാപം ചെയ്തിട്ടുണ്ടെന്ന് പറയുന്ന ചിലരും നമ്മുടെ കൂട്ടത്തിലുണ്ട്. സഞ്ചരിക്കുന്ന സൗജന്യ ഡയാലിസീസ് യൂണിറ്റുകൾ പഞ്ചായത്തുതലത്തിൽ വരേണ്ട കാലം അതിക്രമിച്ചിരിക്കുന്നു. അതുപോലെ സഹായ ധനവും നൽകേണ്ടിയിരിക്കുന്നു. രോഗിയുടെ കണ്ണ് മാറിയുള്ള ഓപ്പറേഷൻ, ബ്രസ്റ്റ് മാറിയുള്ള ശസ്ത്രക്രിയ, പല്ല് പറിച്ചെടുത്ത കഥ ഇവയൊക്കെ കാണാപ്പുറക്കാഴ്ചകളിൽ ചിലത് മാത്രമാണ്. ഈ കോവിഡ് കാലത്ത് അബദ്ധത്തിൽ വീണുപോയ കുട്ടിയെയും കൊണ്ട് ഒരു സ്വകാര്യ ആശുപത്രിയിൽ പോയ കുടുംബത്തിന് അനുഭവിക്കേണ്ടിവന്ന യാതനകൾ മാധ്യമത്തിലൂടെ നാം അറിഞ്ഞതാണല്ലോ. ഈയിടെ ഒരു ഡോക്ടർ മെഡിക്കൽ കോളേജിൽ നടന്ന കാര്യം വെളിപ്പെടുത്തിയതും ആരും മറന്നുകാണില്ല. ചികിത്സക്കായി ചെല്ലുന്ന രോഗികളുടെ അവയവങ്ങൾ മുറിച്ചെടുത്ത് കോടികൾ തട്ടുന്ന ആശുപത്രികളും കണ്ണികളും ഇന്ന് പ്രവർത്തിക്കുന്നുണ്ട്. ശസ്ത്രക്രിയക്കു ശേഷം ഉള്ളിൽ കുടുങ്ങിപ്പോയ പഞ്ഞിയും സൂചിയുമെടുക്കാൻ വേറൊരു ശസ്ത്രക്രിയ! എല്ലാം കീഴ്മേൽ മറിയുന്നു. മികച്ച സേവനം നടത്തുന്ന എത്രയൊ ആശുപത്രികളും ഉണ്ടെന്ന് മറക്കുന്നില്ല.

ചികിത്സ മൂലമുണ്ടാകുന്ന കനത്ത കടബാധ്യതയും ഒറ്റപ്പെടലും അവഗണനയും രോഗിയെ ആത്മഹത്യയിലേക്ക് വരെ കൊണ്ട് ചെന്നെത്തിക്കുന്നു. സർക്കാറിൽ നിന്നും ഏതൊരു സഹായവും ലഭ്യമാക്കുന്നതിന് കാലിലെ ചെരിപ്പ് തേഞ്ഞ് പോവുകയും പണവും, ഊർജ്ജവും, സമയവും ചെലവാക്കേണ്ടതായും വരുന്ന അവസ്ഥയാണിപ്പോൾ, മിക്കവാറും സഹായധനം പാസ്സായി വരുമ്പോഴേക്കും രോഗിമരിച്ചുപോയിട്ടുമുണ്ടാകും. വൃദ്ധജനങ്ങളും രോഗികളും സമൂഹത്തിൽ ഒരു അനാവശ്യവസ്തു/മാലിന്യം ആയി മാറിയിരിക്കുന്ന അവസ്ഥ സംജാതമായിരിക്കുന്നു.

രോഗാതുരത കുറക്കുന്നതിനുള്ള കർമ്മ പദ്ധതികളോടൊപ്പം രോഗികളുടെ ചികിത്സാ ചെലവ് കുറക്കുവാനും കഴിയണം. വർഷങ്ങളായി ഒരേ കിടപ്പിൽ കിടക്കുന്ന രോഗികൾക്കുണ്ടാകുന്ന മാനസിക പ്രയാസവും അവരെ ശുശ്രൂഷിക്കുന്നവർക്കുണ്ടാകുന്ന വൈഷമ്യവും പറഞ്ഞറിയിക്കാൻ പറ്റാത്തതാണ്. എന്നെ വേണ്ടത്ര ശ്രദ്ധിക്കുന്നില്ലെന്ന തോന്നലും നിരാശയും മാനസിക പിരിമുറുക്കവും ഒരുവശത്ത്, ഞാൻ സമൂഹത്തിൽ ഒരു അധികപ്പറ്റാണെന്ന രോഗിയുടെ തോന്നൽ, പഴി കേൾക്കുന്നതിലുള്ള നൈരാശ്യം മറുഭാഗത്ത് ഇവിടെ ആരുടെ പക്ഷത്താണ് ന്യായം.? പരസ്പരം പഴിചാരിയിട്ടെന്ത് കാര്യം? എഴുന്നേറ്റ് നിൽക്കാൻ കഴിയുമെങ്കിൽ ആത്മഹത്യ ചെയ്യുമായിരുന്നു എന്ന് പറയുന്ന രോഗികളും സമൂഹത്തിലുണ്ട്. രോഗികൾക്കും കുടുംബാംഗങ്ങൾക്കും ഇടയ്ക്കിടെ കൗൺസിലിംഗ് കൊടുക്കാൻ സാധിച്ചാൽ ഒരു പരിധിവരെ അവരെ രക്ഷിക്കാൻ കഴിയും. സാമ്പത്തിക ബുദ്ധിമുട്ട് ലഘൂകരിക്കാനുള്ള സംവിധാനം ഉണ്ടാവണം. രോഗികൾക്കും കുടുംബാംഗങ്ങൾക്കും മാനസികോല്ലാസം ലഭിക്കാനുള്ള വഴികൾ കണ്ടെത്തണം. കുടുംബത്തിലെ ഒട്ടുമിക്ക പ്രശ്നങ്ങളും ഓരോരുത്തരുടെയും മനോനിലകളുമായി ബന്ധപ്പെട്ടു കിടക്കുന്നു.

ഗൃഹസന്ദർശന വേളകളിൽ ഇത്തരം പ്രശ്നങ്ങൾ ഏറെ കേൾക്കാനും, കാണാനും ഇടവന്നിട്ടുണ്ട്. അവ പരിഹരിച്ചുകൊടുക്കാൻ ശ്രമിക്കാറുമുണ്ട്. കുടുംബത്തിൽ പരസ്പര സ്നേഹം, ബഹുമാനം, സഹനശക്തി, ക്ഷമ പരസ്പരവിശ്വാസം എന്നിവ വളർത്തിയെടുക്കാൻ ബോധവൽക്കരണവും കൗൺസിലിംഗും ഏറെ പ്രയോജനം ചെയ്യുന്നുണ്ടെന്ന് അനുഭവിച്ചറിയാൻ കഴിഞ്ഞിട്ടുണ്ട്.

ലോക ജനസംഖ്യയിൽ പതിനഞ്ച് ശതമാനത്തോളം പേർ ശാരീരികവും മാനസികവുമായ വെല്ലുവിളികൾ നേരിടുന്ന ഭിന്നശേഷിക്കാരാണ്. അഞ്ച് വർഷം മുമ്പെടുത്ത കണക്കുപ്രകാരം എട്ട് ലക്ഷം പേർകേരളത്തിലാണ്. എന്നിട്ടും കേരളമിപ്പോഴും ഭിന്നശേഷി സൗഹൃദ സംസ്ഥാനമായി മാറിക്കഴിഞ്ഞിട്ടില്ല. ഭിന്നശേഷിക്കാർക്കായുള്ള പുനരധിവാസം, തൊഴിൽ പരിശീലന കേന്ദ്രങ്ങൾ സജ്ജമാക്കേണ്ടതായുണ്ട്. ഭിന്നശേഷിക്കാർക്കായുള്ള പെൻഷൻ വരുമാന പരിധി നോക്കാതെ കാലോചിതമായി പരിഷ്കരിക്കണം. ആശ്വാസകിരണം കുറെക്കൂടി മെച്ചപ്പെടുത്തുന്നതിലൂടെ മാത്രമേ ആശ്വാസത്തിന് വകയുള്ളൂ. തദ്ദേശസ്വയംഭരണ സ്ഥാപനങ്ങളുടെ നേതൃത്വത്തിലും സന്നദ്ധസംഘടനകളുടെ നേതൃത്വത്തിലും സാന്ത്വന പരിചരണ സംവിധാനമുണ്ടാക്കി ഭിന്നശേഷിക്കാരെ സംരക്ഷിക്കണം. ഇന്നും നമ്മുടെ ഉൾനാടൻ ഗ്രാമങ്ങളിലും

മറ്റും ഭിന്നശേഷിക്കാർക്ക് പൊതുവിദ്യാലയങ്ങളിൽ അഡ്മിഷൻ നൽകുന്ന കാര്യത്തിൽ ശങ്കയുണ്ട്. ഭിന്നശേഷി സൗഹൃദസംസ്ഥാനമാക്കി കേരളത്തെ മാറ്റാൻ സമൂഹമാകെ ഉണർന്നു പ്രവർത്തിക്കേണ്ടതുണ്ട്.

ഇനിയും ഒരുപാട് കാണാപ്പുറ കാഴ്ചകൾ അനുഭവത്തിലുണ്ട്. ആരോഗ്യരംഗത്തും, സേവനരംഗത്തും അതുപോലെ മറ്റേതു മേഖലയിലായാലും നിഷ്കളങ്കവും നിഷ്കാമവും, ആത്മാർത്ഥവുമായ സേവനപ്രവർത്തനങ്ങൾ നടത്തുന്നവർ ധാരാളമുണ്ട്. അത് ഞാൻ മറക്കുന്നില്ല.

കണ്ണുനീർ വറ്റാതെ, വേദന കടിച്ചമർത്തി, നിരാശയോടെ കഴിയുന്ന രോഗികൾക്കും, അശരണർക്കും പ്രതീക്ഷയുടെ കിരണങ്ങൾ പരത്താൻ, തിന്മയുടെ അന്ധകാരത്തിൽ നിന്ന് നന്മയുടെ നറുവെളിച്ചത്തിലേക്ക് മുന്നേറാൻ നമുക്ക് ഒറ്റക്കെട്ടായി പ്രവർത്തിക്കാം. ദു:ഖിക്കുന്നവർക്ക് ആശ്വാസമേകുന്ന പ്രവർത്തനങ്ങളുമായി ജീവിതം അവസാനത്തെ വേദനയായി മാറുമ്പോൾ, മറ്റു ചികിത്സകളെല്ലാം നിഷ്ഫലമെന്ന് വരുമ്പോൾ സാന്ത്വനം പകരാൻ നമുക്ക് സാധിക്കുമാറാകട്ടെ

നാടും വീടും

സമ്പന്നമായ ചരിത്രം ഉറങ്ങിക്കിടക്കുന്ന ഉത്തര കേരളത്തിലെ ഒരു ഉൾനാടൻ ഗ്രാമമാണ് കരിവെള്ളൂർ. വിശാലമായ നെൽവയലുകളും തെങ്ങിൻ തോപ്പുകളും ഹരിതാഭമായ കുന്നിൻ ചരിവുകളും നിറഞ്ഞു നിൽക്കുന്ന പ്രകൃതി രമണീയമായ നാട്. ജാതി മത ഭേദമെന്യെ എല്ലാവരും ഒത്തൊരുമയോടെ കഴിയുന്ന പ്രദേശം. വൈവിധ്യമാർന്ന ജ്ഞാന വിജ്ഞാനങ്ങളുടെയും സംസ്കൃതിയുടെയും കലയുടെയും ദേശീയതയുടെയും വിളനിലമാണ് കരിവെള്ളൂർ. അവിടെയെല്ലാമുണ്ട്. ക്ഷേത്രങ്ങളും, കാവുകളും തറകളും, കഴകങ്ങളും, തെയ്യങ്ങളും തോറ്റങ്ങളും കളിയാട്ടങ്ങളും പെരുങ്കളിയാട്ടങ്ങളുമുണ്ട്. കലയും സാഹിത്യവും വൈദ്യവും ജ്യോതിഷവുമുണ്ട്. ചിരപുരാതനമായ കരിവെള്ളൂർ ശിവക്ഷേത്രവും ശക്തിസ്വരൂപിണിയായ മുച്ചിലോട്ട് ഭഗവതി ക്ഷേത്രം, പറമ്പത്തറ, വാണില്ലം നെയ്യമൃത് കോട്ടം, സോമേശ്വരി തുടങ്ങിയ ആരാധാനലയങ്ങളും വിവിധ സമുദായങ്ങളുടെ ആസ്ഥാനങ്ങളും മുസ്ലിം പള്ളികളും കരിവെള്ളൂരിന്റെ മഹത്വം വിളിച്ചോതുന്നവയാണ്.

കരിവെള്ളൂരിലെ ഓണക്കുന്നിന്റെ പാതയോരത്ത് ബസ്സ് കാത്തിരിപ്പുകാർക്കും കാൽനടയാത്രക്കാർക്കും തണലേകി തലയുയർത്തി നിന്നിരുന്ന നൂറ്റാണ്ടുകളുടെ പഴക്കമുള്ള പൈൽ മരവും പ്രദേശത്തിന്റെ പെരുമയുടെ അടയാളമായിരുന്ന ഗാന്ധിമന്ദിരവും ദാഹമകറ്റാനായി മോരും വെള്ളം കൊടുക്കുന്ന ധർമ്മത്തിന്റെ അടയാളമായ തണ്ണീർ പന്തലും, ധർമ്മക്കിണറും, ചുമടുതാങ്ങിയും, ഓണക്കുന്നിലെ വളരെ പഴക്കം ചെന്ന പുതിയങ്ങാടിയും എല്ലാം ഇന്ന് നാമാവശേഷമായി മാറിയിരിക്കുന്നു. കരിവെള്ളൂർ എന്ന പേര് എങ്ങനെയുണ്ടായതാണെന്നതിനെക്കുറിച്ച് പല അഭിപ്രായങ്ങളുമുണ്ട്. അതിലൊന്ന് കരിവെള്ളൂരിലെ അതിപുരാതനവും ഏറ്റവും വലുതും പ്രധാനപ്പെട്ടതുമായ ശിവക്ഷേത്രവുമായി ബന്ധപ്പെട്ടതാണ്. പരിസരവാസികൾ വാമൊഴിയായി ഇവിടുത്തെ ശിവനെ കരിവെള്ളോൻ എന്ന് പറഞ്ഞ് വന്നിരുന്നു. കരിവെ

ള്ളോൻ വാഴുന്ന ഊരാണത്രെ കരിവെള്ളൂരായത്. കൃഷിയോഗ്യമാക്കാൻ കരി (കലപ്പ) കൊണ്ട് ഉഴുത് മറിച്ച് വെളുപ്പിച്ച ഊര് എന്നർത്ഥത്തിൽ കരിവെള്ളൂരായി എന്നും ചിലർ അഭിപ്രായപ്പെട്ടിട്ടുണ്ട്. കരിവെള്ളൂർ ഏറെ പുകൾപെറ്റ നാടാണെന്നതിന് ഒട്ടേറെ കഥകൾ പറയാനുണ്ട്. വൈവിധ്യമാർന്ന ആചാരാനുഷ്ഠാനങ്ങളും തിളക്കമാർന്ന ബലിഷ്ഠമായ പാരമ്പര്യവും കരിവെള്ളൂരിന്റെ സ്വന്തമാണ്: മഹാപണ്ഡിതനും, ഭിഷഗ്വരശ്രേഷ്ഠനും, പ്രസിദ്ധ ജ്യോതിഷിയും, ആയിരുന്ന പലിയേരി എഴുത്തച്ഛൻ, ശങ്കരനാഥ ജ്യോത്സ്യർ, മണക്കാടൻ ഗുരുക്കൾ, പുതിയടവൻ ഗുരുക്കൾ, കാമ്പ്രത്ത് എഴുത്തച്ഛൻ, പോത്തേര എഴുത്തച്ഛൻ, കുറുന്തിൽ എഴുത്തച്ഛൻ തുടങ്ങിയ പ്രതിഭാശാലികളായ അനേകം മഹദ്‌വ്യക്തികൾക്ക് ജന്മം നൽകിയ നാടാണ് കരിവെള്ളൂർ. കരിവെള്ളൂരിന് അറിവിന്റെ വെളിച്ചം പകർന്നു നൽകിയ ആദ്യത്തെ ഗുരുഭൂതനാണ് കടിഞ്ഞിയിൽ കേളു എഴുത്തച്ഛൻ. മാന്യഗുരു എന്നാണ് അദ്ദേഹം അറിയപ്പെട്ടിരുന്നത്. മാന്യഗുരു യു.പി.സ്കൂൾ അദ്ദേഹത്തിന്റെ ചിരസ്മാരകമാണ്. പഞ്ചാബിലെ രഞ്ജിത്ത് സിങിന്റെ പ്രധാന മന്ത്രിയായിരുന്നത് കരിവെള്ളൂരിലെ വങ്ങാട്ട് തറവാട്ടിലെ അംഗമായിരുന്ന ശങ്കരനാഥ ജോത്സ്യർ ആയിരുന്നു. തിരുവിതാംകൂർ ഭരണാധികാരി സ്വാതി തിരുനാൾ മഹാരാജാവിന്റെ രാജസദസ്സിലെ ന്യായാധിപനും ശങ്കരനാഥ ജ്യോത്സ്യർ ആയിരുന്നു.

ഉത്തരമലബാറിലെ തെയ്യങ്ങൾക്ക് വേഷങ്ങളിലും ആചാരാനുഷ്ഠാനങ്ങളിലും ഇന്ന് കാണുന്ന രൂപവും ഭാവവും നൽകിയ അതിമാനുഷനായിരുന്നു കരിവെള്ളൂരിലെ മണക്കാടൻ ഗുരുക്കൾ. തൊട്ടുകൂടായ്മയും, തീണ്ടിക്കൂടായ്മയും കൊടികുത്തിവാണിരുന്ന കാലത്ത് അധഃസ്ഥിതരായി കണക്കാക്കിയിരുന്ന കീഴാളരുടെ ഉയർത്തെഴുന്നേൽപിന് കളമൊരുക്കിയ തെയ്യങ്ങളെ കലയായും അനുഷ്ഠാനങ്ങളായും പുനർനവീകരിച്ചതിന്റെ മുഴുവൻ അംഗീകാരവും വണ്ണാൻ രാമനായിരുന്ന മണക്കാടൻ ഗുരുക്കൾക്കും അതുവഴി കരിവെള്ളൂരിനുമുള്ളതാണ്. കോലത്തുനാട്ടിലെ തെയ്യങ്ങളുടെ പൊന്നുതമ്പുരാനായിരുന്ന മണക്കാടൻ ഗുരുക്കൾ കരിവെള്ളൂരിന്റെ യശസ്സ് വാനോളമുയർത്തിയ തെയ്യം കുലപതിയായിരുന്നു.

പൂരക്കളികളുടെയും തെയ്യം തറകളുടെയും തോറ്റം പാട്ടുകളുടെയും നാടകങ്ങളുടെയും ഈറ്റില്ലമായി പരിലസിക്കുന്ന നാടാണ് കരിവെള്ളൂർ. പൂരക്കളിപ്പണിക്കന്മാരെ സംസ്കൃതം പഠിപ്പിക്കുന്നതിനായി പഴയകാലത്ത് ഇവിടെ ഒരു സംസ്കൃത വിദ്യാലയമുണ്ടായിരുന്നു. തള്ളാർ

മേക്കാട്ട് മാധവൻ നമ്പൂതിരിയായിരുന്നു പ്രധാന ഗുരു. ഒട്ടേറെ സംസ്കൃത പണ്ഢിതന്മാരുടെ ജന്മം കൊണ്ട് അനുഗൃഹീതമായ കരിവെള്ളൂരിന്റെ മണ്ണിൽ പൂരക്കളിയിലും മറത്ത് കളിയിലും പ്രശസ്തരായ ഒട്ടേറെ പണ്ഡിതന്മാർ ഈ നാടിന് അഭിമാനമേകിയവരാണ്.

ദേശീയ പ്രസ്ഥാനത്തിന്റെയും സ്വാതന്ത്ര്യസമരത്തിന്റെയും അലയൊലികൾക്ക് കാത് കൊടുത്ത നാടാണ് കരിവെള്ളൂർ. ഗാന്ധിജിയും നെഹ്രുവും കേളപ്പനും എ.കെ.ജി യുമൊക്കെയായിരുന്നു ഈ നാട്ടുകാർക്കും സ്വാതന്ത്ര്യ സമരത്തിന്റെ ആവേശം ഉണ്ടാക്കിക്കൊടുത്തത്. പയ്യന്നൂരിൽ പണ്ഡിറ്റ് ജവഹർലാൽ നെഹ്രുവിന്റെ നേതൃത്വത്തിൽ നടന്ന സംസ്ഥാന കോൺഗ്രസ്സ് സമ്മേളനത്തിലും ഉപ്പുസത്യാഗ്രഹ സമരത്തിലും പങ്കെടുത്തവർ അക്കാലത്ത് കരിവെള്ളൂരിലുണ്ടായിരുന്നു. 1942 ലെ ക്വിറ്റ് ഇന്ത്യാ സമരത്തിൽ പങ്കെടുത്ത ധീര ഭടന്മാരായിരുന്നു കരിവെള്ളൂരിലെ പി.പ്രഭാകരൻ നമ്പ്യാരും പി.ഗോപിനാഥൻ നമ്പ്യാരുമെന്ന് പറഞ്ഞുകേട്ടിട്ടുണ്ട്. കേരളത്തിൽ ഇന്ത്യൻ കമ്മ്യൂണിസ്റ്റ് പാർട്ടി രൂപീകൃതമായതോടെ കരിവെള്ളൂർ പാർട്ടിയുടെ സമഗ്രാധിപത്യത്തിലായതാണ് ചരിത്രം.

നാട്ടുവൈദ്യന്മാരുടെ ഒരു പരമ്പരതന്നെ ഒരു കാലത്ത് കരിവെള്ളൂരിലുണ്ടായിരുന്നതായി കാണാം. പേരുകേട്ട വിഷവൈദ്യന്മാരായിരുന്ന കാഞ്ഞിരപ്പുഴ കൃഷ്ണൻനായരും ചിറക്കൽ ചന്തു വൈദ്യരും, ബാലചികിത്സയിൽ പേരുകേട്ട കുട്ട്യമ്പു മണക്കാടൻ തുടങ്ങിയ ഒട്ടനവധി വണ്ണാൻ വൈദ്യന്മാർ ഉണ്ടായതായി പഴമക്കാർ പറഞ്ഞുകേട്ടിട്ടുണ്ട്. ആയുർവേദത്തിന്റെ സിരാകേന്ദ്രമായ പി.എം.കുഞ്ഞാമൻ ഉണിത്തിരി (ഉണിത്തിരി വൈദ്യർ) തന്റെ കർമ്മ മണ്ഡലത്തിൽ ഏറെ പ്രശസ്തനായിരുന്നു.

വിദ്യാഭ്യാസത്തിൽ ഏറെ മുന്നിട്ട് നിൽക്കുന്ന പ്രദേശമാണ് കരിവെള്ളൂർ. 1958 ൽ ഇവിടെ ഒരു ഹൈസ്കൂൾ സർക്കാർ തലത്തിൽ സ്ഥാപിതമായതോടെ കരിവെള്ളൂരിന്റെ വിദ്യാഭ്യാസ ആവശ്യങ്ങൾ ഒരു പരിധിവരെ നിറവേറ്റാൻ ഇവിടുത്തുകാർക്ക് കഴിഞ്ഞത് ഒരു ചെറിയ കാര്യമല്ല. കരിവെള്ളൂരിൽ ഒരു ഹൈസ്കൂൾ ഉണ്ടാക്കിയെടക്കുന്നതിന് മുൻകൈയെടുത്ത കമ്മ്യൂണിസ്റ്റ് നേതാവായിരുന്നു എ.വി.കുഞ്ഞമ്പു. ഹൈസ്കൂളിന് വേണ്ടി സ്ഥലം ദാനമായി നൽകാൻ എന്റെ അച്ഛാച്ചന് (കമ്മാരൻ കാരണവർക്ക്) പ്രേരണ നൽകിയതും എ.വി ആയിരുന്നു. സാമൂഹ്യമായും സാംസ്കാരികമായും വിദ്യാഭ്യാസപരമായും നാടും ജനങ്ങളും ഏറെ മുന്നേറിക്കൊണ്ടിരിക്കുന്ന അവസ്ഥയിൽ കരിവെള്ളൂർ

എത്തി നിൽക്കുന്നത് ശുഭ സൂചനയാണ്.

കരിവെള്ളൂരിന്റെ ഹൃദയഭാഗത്തുള്ള ഓണക്കുന്നിൽ ഒരു സാധാരണ കർഷക കുടുംബത്തിലാണ് ഞാൻ ജനിച്ച് വളർന്നത്. കൂടപ്പിറപ്പുകളായി ഒരു സഹോദരനും ഒരു സഹോദരിയുമുണ്ട്. സഹോദരി ജാനകിക്ക് ജോലിയൊന്നുമില്ല. അധ്യാപക ജോലിയിൽ നിന്ന് തുടങ്ങി സർക്കിൾ ഇൻസ്പെക്ടറായി റിട്ടയർ ചെയ്ത സഹോദരൻ കുഞ്ഞപ്പൻ വിശ്രമ ജീവിതം നയിക്കുന്നു. ഞാൻ ജനിച്ച് അധികം കഴിയുന്നതിന് മുമ്പ് തന്നെ അച്ഛൻ ഞങ്ങളിൽ നിന്ന് അകന്ന് കഴിഞ്ഞിരുന്നു. അതുകൊണ്ട് തന്നെ ഒരു അച്ഛനിൽ നിന്ന് ലഭിക്കേണ്ടതായ സ്നേഹവാൽസല്യങ്ങളൊ ലാളനകളൊ ലഭിക്കാതെ പോയ ഹതഭാഗ്യരാണ് ഞങ്ങൾ മൂവരും. എന്റെ അമ്മ വളരെ പാട്പെട്ടാണ് ഞങ്ങളെ വളർത്തി വലുതാക്കിയത്. ഞങ്ങളുടെ പഠനകാര്യങ്ങളിലൊക്കെ ശ്രദ്ധിച്ചിരുന്നത് അമ്മയുടെ മൂത്ത സഹോദരനും അധ്യാപകനുമായിരുന്ന പി.രാമൻ മാസ്റ്ററായിരുന്നു. സമൂഹത്തിന്റെ അടിത്തട്ടിൽ കഴിയുന്ന നിരക്ഷരരായ വയോജനങ്ങളെയും പാവപ്പെട്ട കർഷകത്തൊഴിലാളികളെയും രാത്രികാലങ്ങളിൽ റാന്തൽ വെളിച്ചത്തിന്റെ സഹായത്താൽ എഴുത്തും വായനയും അമ്മാവൻ പഠിപ്പിക്കുന്നത് ഞാൻ കണ്ടിരുന്നു. പൊതുകാര്യങ്ങളിൽ സജീവമായി ഇടപെട്ടിരുന്ന ഒരു മാതൃകാദ്ധ്യാപകനായിരുന്നു അമ്മാവൻ. സമൂഹത്തിൽ ദുരിതമനുഭവിക്കുന്നവരോടും പാവങ്ങളോടും ഏറെ അനുകമ്പയും സഹാനുഭൂതിയും, ദയാവായ്പും പുലർത്തിയിരുന്ന ഒരു കുടുംബ പശ്ചാത്തലം ഞങ്ങൾക്കുണ്ടായിരുന്നു. പണ്ഡിതയും സാധ്വിയും, ആശ്രിതവൽസലയുമായിരുന്ന അമ്മൂമ്മ ഞങ്ങളുടെ അഭിമാനമായിരുന്നു. തന്റെ ചുറ്റുപാടുമുള്ള ദരിദ്ര ജനവിഭാഗങ്ങൾക്കും, രോഗം മൂലവും മറ്റും അവശതയനുഭവിക്കുന്നവർക്കും കൺകണ്ട ദൈവമായിരുന്നു അവർ. പരസഹായം കാത്ത് കഴിയുന്ന ഒട്ടേറെപ്പേർക്ക് താങ്ങും തണലുമായിരുന്നു ആ മഹതി. അവരുടെ ദീനാനുകമ്പയും സേവനതൽപരതയും നേരിൽ കണ്ട് വളർന്നവളാണ് ഞാൻ. ഭക്ഷണമായാലും, വസ്ത്രമായാലും മറ്റെന്തായാലും അവശതയനുഭവിക്കുന്നവരുമായി പങ്ക് വെക്കുന്നത് അവരുടെ സ്വഭാവ വൈശിഷ്ട്യമായിരുന്നു. വേദനിക്കുന്നവരുടെ കണ്ണീരൊപ്പുന്നതിൽ സംതൃപ്തി കണ്ടെത്തുന്ന ആ മഹാസാധ്വിയുടെ ജീവിതം ഏറെ ധന്യമായിരുന്നു. അവർ മറ്റുള്ളവരോട് കാണിച്ചിരുന്ന ദയാവായ്പും, സ്നേഹവാൽസല്യങ്ങളും എന്റെ ജീവിതത്തെ തെല്ലൊന്നുമല്ല സ്വാധീനിച്ചത്. അമ്മൂമ്മയിൽ നിന്ന് പ്രചോദനം ഉൾക്കൊണ്ട് കൊണ്ടായിരുന്നു എന്റെ ഭാവി ജീവിതം ഞാൻ കരു

പ്പിടിപ്പിച്ചത്. നന്മയിലുള്ള വിശ്വാസവും ആഴമേറിയ ദയാവായ്പും അമ്മൂമ്മയിൽ നിന്നാണ് എനിക്ക് പകർന്ന് കിട്ടിയത്.

ഞാൻ പ്രാഥമിക വിദ്യാഭ്യാസം മാന്യഗുരു യു.പി.സ്കൂളിൽ നിന്നും തൊട്ടടുത്ത എ.വി.സ്മാരക ഹൈസ്കൂളിൽ നിന്ന് ഹൈസ്കൂൾ വിദ്യാഭ്യാസവും പൂർത്തിയാക്കി. പ്രൈമറി വിദ്യാഭ്യാസ കാലഘട്ടത്തിൽ എന്നെ ഏറ്റവും കൂടുതൽ സ്വാധീനിച്ച അദ്ധ്യാപകരായിരുന്നു കടിഞ്ഞിയിൽ നാരായണൻ മാസ്റ്റർ, മാണിക്യം ടീച്ചർ, കുഞ്ഞമ്പു മാസ്റ്റർ. എന്നിവർ. ജീവിതത്തിൽ എന്തെങ്കിലുംമൊക്കെ ആവാൻ എനിക്ക് കഴിഞ്ഞിട്ടുണ്ടെങ്കിൽ അതെന്റെ അഭിവന്ദ്യ ഗുരുക്കന്മാരുടെ അനുഗ്രഹം കൊണ്ടു മാത്രമാണ്.

അന്നത്തെ രീതിയനുസരിച്ച് ഞാൻ ചെറുപ്പത്തിലെ വിവാഹിതയായി. ഹൈസ്കൂൾ വിദ്യാഭ്യാസത്തിനിടയിലായിരുന്നു വിവാഹം. വിവാഹം പഠനത്തിന് ഒരു തടസ്സമായില്ല. വിവാഹിതരാകുമ്പോൾ എന്റെ ഭർത്താവ് കുപ്പം അപ്പർപ്രൈമറി സ്കൂളിലെ അദ്ധ്യാപകനായിരുന്നു. ഏഴോം ഗ്രാമപഞ്ചായത്തിലെ ഒരു ഉൾനാടൻ പ്രദേശമായ കൊട്ടിലയിൽ കാർഷികവൃത്തി ഉപജീവന മാർഗമായി സ്വീകരിച്ച ഒരു സാധാരണ കുടുംബത്തിലെ അംഗമായിരുന്നു എന്റെ ഭർത്താവ് എം.വി.ഗോവിന്ദൻ മാസ്റ്റർ. സർവ്വീസിലിരിക്കെ സ്വയം പഠനത്തിലൂടെ ഒന്നിലധികം പി.ജി.കരസ്ഥമാക്കിയ അദ്ദേഹം പ്രൈമറി, ഹൈസ്കൂൾ, ഹയർസെക്കന്ററി വിഭാഗങ്ങളിലെ അധ്യാപകനായും കോഴിക്കോട് കണ്ണൂർ സർവ്വകലാശാലകളിലെ വിദ്യാഭ്യാസ വിഭാഗത്തിൽ അദ്ധ്യാപകനായും ബി.എഡ് ട്രെയിനിംഗ് കോളേജുകളിൽ പ്രിൻസിപ്പലായും ജോലി ചെയ്യുകയുണ്ടായി.

ഞാൻ അദ്ധ്യാപക പരിശീലനം പൂർത്തിയാക്കി കൊട്ടിലയിലെ വീട്ടിൽ നിന്നും അധികം അകലെയല്ലാത്ത നരിക്കോട് സ്കൂളിൽ 1972 ൽ അദ്ധ്യാപികയായി ജോലിയിൽ പ്രവേശിച്ചു. അദ്ധ്യാപികയാവാനുള്ള എന്റെ ആഗ്രഹപൂർത്തീകരണം സാധ്യമായതോടെ എനിക്കുണ്ടായ സന്തോഷവും സംതൃപ്തിയും അളവറ്റതായിരുന്നു. സ്വയം തെരഞ്ഞെടുത്ത ജോലി ആയതുകൊണ്ട് തന്നെ പരമാവധി ആർത്മാർത്ഥതയോടെ തന്റെ ദൗത്യം നിർവ്വഹിക്കാനും തന്റെ മുന്നിലെത്തുന്ന കുട്ടികളോട് നീതി പുലർത്താനും കഴിഞ്ഞുവെന്ന് ഞാൻ വിശ്വസിക്കുന്നു.

35 വർഷത്തെ അദ്ധ്യാപക ജീവിതത്തിനിടയിൽ 5 വർഷക്കാലം വിവിധ വിദ്യാലയങ്ങളിൽ പ്രഥമാദ്ധ്യാപികയായും ജോലി ചെയ്യുകയുണ്ടായി. 2007 ൽ നരിക്കോട് ഗവ.മാപ്പിള എൽ.പി സ്കൂളിൽ നിന്നും

വിരമിച്ചു.

ദീർഘകാലത്തെ അദ്ധ്യാപക ജീവിതത്തിലെ ഒഴിവുസമയങ്ങളിലും അദ്ധ്യാപന വൃത്തിയിൽ നിന്ന് വിരമിച്ച ശേഷമുള്ള മുഴുവൻ സമയവും സാമൂഹ്യസേവനത്തിന് വേണ്ടിയാണ് ഉപയോഗിച്ചിരുന്നതും ഉപയോഗിച്ച് വരുന്നതും. ദാരിദ്ര്യത്തിലും അജ്ഞതയിലും കഴിഞ്ഞുകൂടിയിരുന്ന ദളിതരും മുസ്ലിങ്ങളുമടക്കമുള്ള പാവപ്പെട്ടവരെയും പാർശ്വവൽക്കരിക്കപ്പെട്ട സ്ത്രീകളെയും സമൂഹത്തിന്റെ മുഖ്യധാരയിലേക്ക് കൊണ്ടുവരാനുള്ള എളിയ പ്രവർത്തനങ്ങളുമായി ഞാൻ സ്ത്രീകളുടെ ഇടയിൽ പ്രവർത്തിക്കാൻ തുടങ്ങി. ആദ്യം സ്ത്രീകളുടെ ഒരു കൂട്ടായ്മക്ക് നേതൃത്വം കൊടുക്കുകയാണ് ചെയ്തത്. സൊസൈറ്റി ആക്ട് പ്രകാരം രജിസ്റ്റർ ചെയ്ത കൊട്ടില കസ്തൂർബാ മഹിളാ സമാജത്തിൽ കൂടിയായിരുന്നു പ്രവർത്തനങ്ങൾക്ക് തുടക്കം കുറിച്ചത്. ദുരിതങ്ങളും അവശതകളും പേറി നടന്നിരുന്ന സ്ത്രീകളും കുട്ടികളും നേരിടുന്ന വിവിധ സാമൂഹ്യപ്രശ്നങ്ങൾ പരിഹരിച്ച് കൊടുക്കാൻ മഹിളാസമാജം കൂട്ടായ്മ മുന്നിട്ടിറങ്ങി. ചുറ്റുപാടുമുള്ളവരിൽ ഭൂരിപക്ഷവും എഴുത്തും വായനയും അറിയാത്തവരായിരുന്നു. പ്രത്യേകിച്ച് മുസ്ലിം സ്ത്രീകളും പെൺകുട്ടികളും. ഒട്ടേറെ സ്ത്രീകളെ വിശിഷ്യാ മുസ്ലിം സ്ത്രീകളെ എഴുത്തും വായനയും പഠിപ്പിക്കാൻ സമയം കണ്ടെത്തുകയുണ്ടായി. ഒരു പരിധിവരെ ആ സംരംഭം വിജയിക്കുകയും ചെയ്തു. ഗൾഫിലുള്ള തങ്ങളുടെ ഭർത്താക്കന്മാർക്ക് കത്തെഴുതാനും വർത്തമാന പത്രങ്ങൾ വായിച്ച് ലോകവിവരങ്ങൾ നേടാനും അവരെ പ്രാപ്തരാക്കി എന്നത് ഓർക്കുമ്പോൾ അഭിമാനം തോന്നുന്നു.

സമൂഹത്തിൽ ആഴത്തിൽ വേരൂന്നിയിട്ടുള്ള അന്ധവിശ്വാസങ്ങൾക്കും അസമത്വത്തിനുമെതിരെ ശബ്ദമുയർത്താൻ സ്ത്രീകളെ പ്രാപ്തരാക്കി എന്നതിനപ്പുറം കർത്തവ്യങ്ങളെക്കുറിച്ചും അവകാശങ്ങളെക്കുറിച്ചും ബോധവതികളാക്കുന്നതിന് വേണ്ടി മഹിളാസമാജത്തിന്റെ ആഭിമുഖ്യത്തിൽ ഇടയ്ക്കിടയ്ക്ക് ചർച്ചാക്ലാസുകളും സംവാദങ്ങളും നടത്തപ്പെട്ടിരുന്നു. അതാത് വിഷയങ്ങളിൽ വിദഗ്ധരായവരെ വരുത്തി ബോധവൽക്കരണ ക്ലാസ്സുകളും സെമിനാറുകളും മഹിളാ സമാജത്തിന്റെ കീഴിൽ സംഘടിപ്പിച്ചിരുന്നു. ആരോഗ്യ വിദ്യാഭ്യാസ ക്ലാസ്സുകൾ, മെഡിക്കൽ ക്യാമ്പുകൾ, രക്തദാന ക്യാമ്പുകൾ, സാക്ഷരതാ പ്രചരണ ക്യാമ്പയിനുകൾ എന്നിവ സമയാസമയങ്ങളിൽ നടത്തുകയുണ്ടായി. 1978-80 കാലഘട്ടത്തിൽ മഹിളാസമാജത്തിന്റെ കീഴിൽ നടത്തപ്പെട്ട ഇത്തരം പരിപാടികൾ ഏറെ ഫലപ്രദവും സാർത്ഥകവും ആനുകാലിക പ്രസ

ക്തങ്ങളുമായിരുന്നു. ഇത്തരം കർമ്മ പരിപാടികളിലൂടെ ഒട്ടേറെ സ്ത്രീകളെ സമൂഹത്തിന്റെയും ജീവിതത്തിന്റെയും മുഖ്യധാരയിലേക്ക് കൊണ്ടുവരാൻ മഹിളാ സമാജത്തിന്റെ പ്രവർത്തനങ്ങൾ കാരണമായി എന്നുവേണം കരുതാൻ.

ഇന്നത്തെ പോലെ വാർഡുകൾ തോറും അംഗൻവാടികൾ ഇല്ലാതിരുന്ന അക്കാലത്ത് തൊഴിലിടങ്ങളിലേക്ക് പോകുന്ന മാതാപിതാക്കളുടെ ചെറിയ കുട്ടികളെ പകൽ സമയങ്ങളിൽ സംരക്ഷിക്കുന്നതിനും ചെറിയതോതിൽ പ്രീ-പ്രൈമറി വിദ്യാഭ്യാസം നൽകുന്നതിനും വേണ്ടി മഹിളാ സമാജത്തിന്റെ കീഴിൽ ഒരു ബാലവാടി ആരംഭിക്കുകയുണ്ടായി. പയ്യന്നൂർ സി.ഡി.ബ്ലോക്കിന്റെ കീഴിൽ ഒരു സമഗ്ര പോഷകാഹാരവിതരണ കേന്ദ്രമായി ബാലവാടിയെ മാറ്റിയെടുക്കാൻ കഴിഞ്ഞത് 50 വർഷം മുമ്പുള്ള കൊട്ടിലയിൽ ചെറിയ കാര്യമല്ലായിരുന്നു. എല്ലാവരിൽ നിന്നും ബാലവാടിക്ക് സഹായവും പിന്തുണയും ലഭിക്കുകയുണ്ടായി. ബാലവാടി വന്നതോടെ ഇളയകുട്ടികളെ സംരക്ഷിക്കേണ്ടുന്ന ഉത്തരവാദിത്വത്തിൽ നിന്ന് മുതിർന്ന കുട്ടികൾക്ക് മോചനം ലഭിക്കുകയും അവർക്ക് പഠനം തുടരാനുള്ള വഴി തുറക്കപ്പെടുകയും ചെയ്തു.

കണ്ണൂർ ജില്ലയിലെ ഏഴോം ഗ്രാമപഞ്ചായത്തിൽ സമ്പൂർണ സാക്ഷരതാ പ്രവർത്തനത്തിന് തുടക്കം കുറിക്കുന്നതിന് ഏറെ മുമ്പ് തന്നെ കൊട്ടില, ഓണപ്പറമ്പ് ഭാഗങ്ങളിലുള്ള സ്ത്രീകൾക്ക് വേണ്ടി സാക്ഷരതാക്ലാസുകൾ തുടങ്ങിയിരുന്നു. അതുവരെ പുറത്തിറങ്ങി വരാൻ മടിച്ചിരുന്ന മുസ്ലീം സ്ത്രീകൾക്ക് ഒഴിവു സമയങ്ങളിൽ പഠിക്കാൻ അവസരങ്ങൾ ഒരുക്കിക്കൊടുത്തിരുന്നു. ഇത് അവരുടെ ജീവിതത്തിലെ ഒരു വഴിത്തിരിവായിമാറി. ഏഴോം ഗ്രാമത്തെ സമ്പൂർണ്ണ സാക്ഷരത ഗ്രാമമാക്കുന്നതിൽ എന്റേതായ എളിയ സംഭാവനകളും ഉണ്ടായിരുന്നു. ഏറ്റവും നല്ല സാക്ഷരതാ പ്രവർത്തകർക്കുള്ള പുരസ്കാരങ്ങളും ക്യാഷ് അവാർഡുകളും എനിക്ക് ലഭിക്കുകയുണ്ടായി.

കേരള ഗ്രന്ഥശാല പ്രസ്ഥാനത്തിന്റെ ഉപജ്ഞാതാവായിരുന്ന യശശ്ശരീരനായ പി.എൻ. പണിക്കർ സാക്ഷരതാ യജ്ഞത്തിന്റെ ഭാഗമായി എന്റെ വീട്ടിൽ വെച്ച് നടത്താറുണ്ടായിരുന്ന സാക്ഷരതാ ക്ലാസ്സുകൾ സന്ദർശിക്കാറുണ്ടായിരുന്നു. സാറിന്റെ സന്ദർശനം പഠിതാക്കൾക്ക് ആവേശവും പ്രചോദനവും നൽകി. മുസ്ലീം പെൺകുട്ടികൾക്ക് മികച്ച വിദ്യാഭ്യാസം നേടാനുള്ള പ്രചോദനം സാക്ഷരതാ പ്രവർത്തനങ്ങളിലൂടെ ഉണ്ടായത് വലിയ നേട്ടം തന്നെയാണ്. സാക്ഷരതാ സന്ദേശം വിളിച്ചോതുന്ന ജനജാഗരണ റാലികളും പഠന ക്യാമ്പുകളും ബോധവൽക്കരണ

ക്ലാസുകളും നടത്തി കൊട്ടിലയിലുള്ള സാക്ഷരതാ പ്രവർത്തനങ്ങൾക്ക് നേതൃത്വം നൽകിയത് നല്ലൊരു അനുഭവമായിരുന്നു.

ഏഴോം ഗ്രാമപഞ്ചായത്തിലും പരിസരപ്രദേശങ്ങളിലും ഒരു ദശാബ്ദ കാലത്തിലധികമായി സാന്ത്വന പരിചരണ രംഗത്ത് സേവനമനുഷ്ഠിച്ച് വരുന്ന ഒരു ജനകീയ കൂട്ടായ്മയാണ് കാരുണ്യ കൊട്ടില പാലിയേറ്റീവ് കെയർ യൂണിറ്റ്. എം.വി. ഗോവിന്ദൻ മാസ്റ്റർ ഫൗണ്ടർ ട്രസ്റ്റിയായും മറ്റ് പതിനെട്ട് പേർ ട്രസ്റ്റിമാരായും റജിസ്റ്റർ ചെയ്യപ്പെട്ടിട്ടുള്ള കാരുണ്യ പാലിയേറ്റീവ് & റീഹാബിലിറ്റേഷൻ ചാരിറ്റബിൾ ട്രസ്റ്റിന്റെ കീഴിലുള്ള ഒരു യൂണിറ്റായാണ് അത് പ്രവർത്തിച്ചുവരുന്നത്. ട്രസ്റ്റിന്റെ സ്ഥാപക സെക്രട്ടറിയായും പാലിയേറ്റീവ് കെയർ വളണ്ടിയറായും തുടക്കം മുതലെ ഞാൻ പ്രവർത്തിച്ചുവരുന്നു. സാന്ത്വന പരിചരണം, പുനരധിവാസം, വിദ്യാഭ്യാസം, ആരോഗ്യം, പരിസ്ഥിതി എന്നീ സുപ്രധാന മേഖലകളിൽ സേവനം നടത്തുകയെന്ന ഉദ്ദേശലക്ഷ്യങ്ങളോടെയാണ് ട്രസ്റ്റ് രൂപീകൃതമായിട്ടുള്ളത്. ട്രസ്റ്റിൽ ഇപ്പോൾ അൻപതിൽ അധികം മെമ്പർമാരുണ്ട്. സാന്ത്വന പരിചരണത്തിൽ ഊന്നിയുള്ള സേവനപ്രവർത്തനങ്ങളാണ് ട്രസ്റ്റിന്റെ അധീനതയിലുള്ള പാലിയേറ്റീവ് കെയർ യൂനിറ്റ് നടത്തി വരുന്നത്. രോഗങ്ങൾ ബാധിച്ച് വീടുകളിലെ അകത്തളങ്ങളിൽ കഴിയുന്ന രോഗികൾക്കും കഷ്ടപ്പെടുന്നവർക്കും സാന്ത്വനവും സമാശ്വാസവും നൽകി അവരെ കൂടെനിർത്താനുള്ള ബാധ്യത സമൂഹത്തിനുണ്ട്. രോഗപീഡകൾ മൂലം കിടപ്പിലായിപ്പോയവരുടെ വീടുകൾ കേന്ദ്രീകരിച്ച് നടത്തുന്ന ഹോം കെയർ സേവനങ്ങളിലൂടെ അവർ അനുഭവിച്ചു വരുന്ന കടുത്ത ശാരീരിക മാനസിക വേദനകളും സാമ്പത്തിക ബുദ്ധിമുട്ടുകളും കുറച്ചുകൊണ്ടുവരാൻ ഞങ്ങളുടെ യൂണിറ്റിലെ പാലിയേറ്റീവ് കെയർ വളണ്ടിയർമാർ ആത്മാർത്ഥമായി ശ്രമിച്ചുവരുന്നു. സാന്ത്വന പരിചരണ പ്രവർത്തനങ്ങൾ ഏകോപിപ്പിച്ചുകൊണ്ട് മറ്റ് പാലിയേറ്റീവ് കെയർ വളണ്ടിയർമാരോടൊപ്പം സേവന പ്രവർത്തനങ്ങളിൽ ഏർപ്പെടാൻ കിട്ടുന്ന അവസരങ്ങൾ ഒരിക്കലും പാഴാക്കാറില്ല.

മഹിള സമാജം പ്രവർത്തക, സക്ഷരതാ പ്രവർത്തക, പാലിയേറ്റീവ് കെയർ വളണ്ടിയർ എന്നീ വിവിധ മേഖലകളിൽ നടത്തിയ എന്റെ എളിയ സേവനങ്ങൾ പരിഗണിച്ച് ജില്ലാതലത്തിൽ 2022 ലെ മഹിളാരത്ന അവാർഡിന് അർഹതനേടുകയുണ്ടായി. 2020 ൽ ജില്ലയിലെ മികച്ച സാമൂഹ്യ പ്രവർത്തകക്കുള്ള അവാർഡും ലഭിച്ചു.

എനിക്ക് 3 മക്കളാണുള്ളത്. മൂത്തമകൾ സുധയും ഇളയമകൾ ശുഭയും മിനിസ്ട്രി ഓഫ് ഡിഫൻസിന്റെ കീഴിലുള്ള ബാംഗ്ലൂരിലെ

എയറോ നോട്ടിക്കൽ ഡെവലപ്പ്മെന്റ് ഏജൻസിയിൽ സയന്റിസ്റ്റുക ളായി ജോലി ചെയ്യുന്നു. മകൻ സുധീരൻ പ്രൈവറ്റ് സെക്ടറിൽ ബാംഗ്ലൂരിൽ തന്നെ സോഫ്റ്റ് വെയർ എൻജിനീയറാണ്. എയറോ സ്പേസ് മേഖലയിൽ മികച്ച സേവനം കാഴ്ചവെച്ചതിന് 2018 ലെ നാഷ ണൽ എയറോ സ്പേസ് എക്സലൻസ് അവാർഡായ എയറോ നോട്ടി ക്കൽ സൊസൈറ്റി ഓഫ് ഇന്ത്യയുടെ ഡോ.ബീരൻ റോയ് ട്രസ്റ്റ് അവാർഡും 2022 ൽ കേരള സംസ്ഥാന ഗവൺമെന്റിന്റെ വനിതാരത്നം അവാർഡും സുധക്ക് ലഭിച്ചത് അഭിമാനാർഹമായ നേട്ടമായി കരുതുന്നു.

എന്റെ സേവനപാതയിൽ പ്രചോദനവും വഴികാട്ടിയുമായ അമ്മൂമ്മ യുടെ ധന്യമായ പാവനസ്മരണക്കുമുമ്പിൽ പാലിയേറ്റീവ് ജീവിത ത്തിലെ എന്റെ അനുഭവക്കുറിപ്പുകൾ സമർപ്പിക്കുന്നു.

ഈ പുസ്തകം വഴി കിട്ടുന്ന കാശ് പാലിയേറ്റീവ് രോഗികൾക്ക് വേണ്ടി വിനിയോഗിക്കുന്നതാണ്.

●

www.ingramcontent.com/pod-product-compliance
Lightning Source LLC
LaVergne TN
LVHW060140051026
849517LV00007B/2519
* 9 7 8 9 3 9 3 3 9 7 4 7 8 *